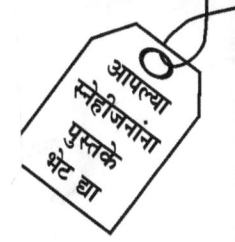

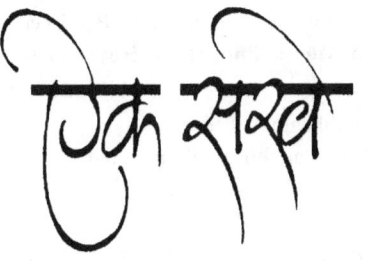

I0631575

आपल्या स्नेहीजनांना पुस्तके भेट द्या

एक सखे

वपु काळे

मेहता पब्लिशिंग हाऊस

Please contact us at **Mehta Publishing House,** 1941, Madiwale Colony, Sadashiv Peth, Pune 411030. ✆ +91 020-24476924 / 24460313
Email : info@mehtapublishinghouse.com
production@mehtapublishinghouse.com
sales@mehtapublishinghouse.com
Website : www.mehtapublishinghouse.com

AIK SAKHE by V. P. KALE

ऐक सखे : वपु काळे / ललित लेखसंग्रह

© स्वाती चांदोरकर व सुहास काळे

मराठी पुस्तक प्रकाशनाचे हक्क मेहता पब्लिशिंग हाऊस, पुणे.

प्रकाशक : सुनील अनिल मेहता, मेहता पब्लिशिंग हाऊस,
१९४१, सदाशिव पेठ, माडीवाले कॉलनी, पुणे - ४११०३०.

अक्षरजुळणी : इफेक्ट्स, २१/६ब, आयडिअल कॉलनी, कोथरूड, पुणे - ३८.

मुखपृष्ठ : वपु काळे

प्रकाशनकाल : १९७५ / १९८१ / १९८८ / जुलै, १९९२ / फेब्रुवारी, १९९७ / डिसेंबर, १९९८ / जानेवारी, २००४ / डिसेंबर, २००६ / एप्रिल, २००८ / ऑगस्ट, २००९ / जानेवारी, २०११ / फेब्रुवारी, २०१२ / एप्रिल, २०१३ / मार्च, २०१४ / ऑक्टोबर, २०१५ / एप्रिल, २०१७ / पुनर्मुद्रण : जुलै, २०१८

P Book ISBN 9788177664317
E Book ISBN 9788184988895
E Books available on : play.google.com/store/books
www.amazon.in

'ऐक सखे'

सखीच नव्हे तर कोणत्याही व्यक्तीला 'ऐक' म्हटल्यावर ती ऐकेल याची शाश्वती नाही. ऐकलेलं मनापर्यंत पोहोचेल याची तर कुणीही– प्रत्यक्ष ऐकणाराही ग्वाही देत नाही. ऐकलेला शब्द 'कृती'च्या मुक्कामावर थांबतो. लेखनाच्या बाबतीत लेखनिकाचं ऐकणं कागदाच्या मुक्कामावर थांबतं.

१९६० सालापासून मला 'लेखनिका'ची सवय नव्हती.

शरीर उभारी देईना, तेव्हा लेखनिकाची गरज वाटू लागली.

मला लेखनिक मिळाली.

ती व्यावसायिक लेखनिक नव्हती, म्हणूनच रसिक होती.

रसिकता माणसाला मानसिक बळ किती देते, त्याचा तो अपूर्व दाखला होता. ठाणे ते परळ-टाटा हॉस्पिटलपर्यंत प्रवास. कॅन्सरवर ट्रीटमेंट. रेडिएशन. परळ ते वांद्रा प्रवास. अर्धा तास विश्रांती. रात्री साडेआठपर्यंत लेखन. मध्ये-मध्ये जी.एं.पासून अनेकांच्या साहित्यावर चर्चा.

हे सगळं साधायला 'सौ. अनघा पत्की' व्हावं लागतं. त्यांनी हौसेनं ऐकलं. लाजवाब हस्ताक्षरात लिहिलं. खऱ्या अर्थानं 'ऐक सखे' म्हणावं तसं ऐकलं. ही आवृत्ती अनघाला.

– वपु

अनुक्रमणिका

अशा रीतीनं बादशहाचं आणि शहराझादचं लग्न लागलं आणि त्याच रात्री शहराझाद रडायला लागली. बादशहानं आश्चर्यानं विचारलं, ''तुला रडायला काय झालं?''

''घरी माझी लहानगी बहीण आहे, तिचं माझ्यावर फार प्रेम आहे. पहाट होण्यापूर्वी मी तिला एकवार पाहू इच्छिते.'' ती रडत-रडत म्हणाली.

''इतकंच ना? मग त्यात रडण्यासारखं काय आहे? मी आत्ताच्या आत्ता तिला बोलावून आणतो.'' बादशहा म्हणाला आणि त्यानं तात्काळ नोकर पाठवून तिला बोलावून घेतलं.

दुनियाझाद आली आणि जमिनीपासून मुजरा करून उभी राहिली. तेव्हा बादशहानं तिला बसण्याची परवानगी दिली.

नंतर बादशहानं शहराझादशी गप्पागोष्टी करण्यास सुरुवात केली. बरीच रात्र झाल्यावर शहराझादनं हळूच दुनियाझादला इशारा दिला. त्याबरोबर ती आपल्या थोरल्या बहिणीला म्हणाली, ''ताई, तुझ्या आयुष्यातली ही शेवटची रात्र. उद्या सकाळी तुझा शिरच्छेद होणार.''

शहराझाद म्हणाली, ''खाविंदांची ही पद्धत मला माहीत आहे.''

''ताई, असं असताना तू हे धाडस का केलंस? या एका दिवसाच्या संसारानं तुला काय दिलं? संसारातल्या आणि वैवाहिक आयुष्यातल्या सुखाची चवसुद्धा तू घेतली नाहीस आणि दु:खाची आणि तुझी तर ओळखही झाली नाही.'' –दुनियाझादनं तिच्या ताईला वेचक प्रश्न विचारला.

शहराझाद मात्र संपूर्ण समाधानी स्वरात म्हणाली, ''सखे, तू म्हणतेस ते काही खोटं नाही. मी काहीच न अनुभवता जात आहे. पण खाविंदांच्या पायाची शपथ घेऊन मी सांगते की त्याबद्दल मला मुळीच दु:ख नाही. सखे, मला तर असंच वाटतं की संसार हा खऱ्या अर्थानं एकाच दिवसाचा आणि एकाच रात्रीचा असतो. नंतरचे राहिलेले दिवस ही केवळ पुनरावृत्ती असते.''

दुनियाझाद हिरीरीनं म्हणाली, ''ताई असं कसं म्हणतेस? जगात एवढे विवाह होतात...''

तिला थांबवीत शहराझाद म्हणाली, ''तेच विवाह आणि त्यांचे संसार पाह्यल्यावर मला एक कळेना, की एकमेकांना सुखी करायचं, या उदात्त भावनेनं दोन जीव बद्ध होतात. मग नंतर ते दुःखीच का होतात? या प्रश्नाचं उत्तर तू देशील का?''

''ताई, मी आज काही बोलू शकत नाही. उद्यापासून तू या जगात नाहीस, याचाच धक्का...''

''ते जाऊ दे! या औट घटकेच्या संसाराला मी आपणहून सामोरी गेले आहे. त्यात मी फसलेली नाही. तेव्हा गोविंदाच्या बायकोपेक्षा मी सुखी आहे की नाही?''

डोळे विस्फारीत दुनियाझादनं विचारलं, ''गोविंदा कोण? आणि त्याची बायको कोण?''

''अशाच एका संसाराचे बळी.''

शहराझाद एवढे बोलून बादशहाचे पाय चेपू लागली. तिच्या टपोऱ्या डोळ्यांतून मोत्यासारखे चमकणारे दोन अश्रू बादशहाच्या पायावर पडले. बादशहानं तिची ओढणी दूर केली. हनुवटीला हात लावून तोंड वर उचललं.

''महाराणी, त्या कुणा गोविंदाच्या संसाराचं एवढं दुःख वाटतं का? आज्ञा व्हावी. आत्ताच्या आत्ता त्याचा संसार सुखी होईल अशी व्यवस्था करतो.''

दुनियाझाद मधेच म्हणाली, ''खाविंदांनी क्षमा करावी. एक विनंती करू का?''

''राणीसाहेबांचा शिरच्छेद करू नये, ही विनंती सोडून काहीही विनंती करावी.''

दुनियाझाद म्हणाली,

''माझ्या ताईनं हजारो संसार जवळून पाह्यले आहेत, त्यातलाच गोविंदाचा एक संसार. पहाट होण्यापूर्वी आपण तिला संसारातल्या काही गोष्टी सांगायची अनुज्ञा द्यावी.''

बादशहालाही झोप येत नव्हती. त्यानं तात्काळ संमती दिली.

शहराझाद म्हणाली, ''सखे दुनियाझाद, मरण्यापूर्वी तू मला ही संधी दिलीस, त्याबद्दल माझा हा कंठा मी तुला आठवण म्हणून देते. इतरांच्या संसाराच्या गोष्टी आज सांगता-सांगता, माझ्या औट घटकेच्या संसारात, ती सगळी सुखदुःखं मीच उपभोगत असल्याचा मला आनंद वाटले. तेव्हा ऐक.''

असे म्हणून वैवाहिक जीवनातल्या हजार गोष्टींपैकी पहिली गोष्ट सांगायला शहराझादनं प्रारंभ केला.

ती म्हणाली, ''महाराज, मघाशी सांगितलेल्या गोविंदाच्या संसाराची, मला माहीत असलेली गोष्ट अशी आहे–''

गोष्ट पहिली / एक कोणीतरी हकनाक वेडा होतो त्याची गोष्ट

'अंधारलं दारात,
करू दे सांजवात,
माझा धरून हात
कुठं नेतोस रे गोविंदा...'

पद्मानं या गाण्याच्या ओळी नेहमीप्रमाणं मोठ्यांदा म्हणायला आणि त्याच वेळी गॅलरीत गोविंदा यायला एकच गाठ पडली.

यानंतर काय होणार याची नानांना लगेच कल्पना आली. आणि त्या कल्पनेप्रमाणं तसंच घडलं. गोविंदाला त्याच्या चार-पाच शेजाऱ्यांनी वेढलं. तो घोळका नानांच्या दाराच्या समोरच होता. नानांनी दरवाजा लावून घेतला. कानांवर तरीही बाहेरचे शब्द येतच होते.

'गोंद्या, आता चहा काढ'–एक आवाज वामनचा.

'ए साल्या, चहा नको, कॉफी.'–शरद.

'लेको तुम्ही दरिद्रीच. एवढी फाकडू पोरगी भाळली तर काय चहा-कॉफीवर भागवायचं काय?'–मधू.

'तर काय, नाही म्हणजे गोविंदाला चांगली आइस्क्रीमची पार्टी द्यावीशी वाटतेय आणि तुम्ही चहा-कॉफीची गोष्ट बोलताहात. गोविंदाची कुचंबणा होतेय त्यामुळं.'–माधव.

'ऑलराइट, आइस्क्रीम तर आइस्क्रीम. गोविंदराव, द्या तुम्ही आइस्क्रीम! तुमचं मन आम्ही मोडत नाही.'

'अरे पण पार्टी कसली? का?'

'घ्या! माधवराव, गेला महिनाभर आपण याला सांगतोय की याची राधा याच्यासाठी व्याकूळ झाली आहे. उघड उघड ती बोलू शकत नाही, म्हणून तर गाण्याचा आधार घेऊन ती बिचारी टाहो फोडतेय–'

'माझा धरून हात,
कुठं नेतोस रे गोविंदा...'

पलीकडून परत तान आली.

'ऐकलंत गोविंदराव...'

'अरे पण, ती कुठं, मी कुठं... कसं शक्य आहे हे?'

'गोविंदराव, तुम्ही म्हणता काय? तुम्ही काय अपात्र आहात काय? तुम्ही खरोखर नालायक...'
'एक नंबरचे बुद्दू.' माधव.
'आळशी.' मधू.
'सर्व विषयांत ढ...' शरद.
'मेंगळट...' वामन.
'असे असतात तर पद्मानं आम्हां सर्वांना सोडून तुलाच का निवडलं? का?'
'कोण म्हणतं मला निवडलं म्हणून?'
'आणखी निराळा पुरावा हवाय...? गोविंदा नाव कुणाचं आहे?'
'अरे तो योगायोग. गाण्यात आपलं ते नाव आलंय म्हणून.'
'नो, नो गोविंदराव, तो योगायोग नाही निव्वळ. त्यात तुमचं नाव आहे एवढ्यासाठीच ते गाणं, कळलं? नाही तर तिनं 'मधुकर वन वन फिरत करी गुंजारवाला–' हे गाणं म्हटलं असतं...' मधू म्हणाला.
'नाही तर 'पावना वामना या मना' हे माझं नाव असलेलं गाणं म्हटलं असतं'– वामन.
'किंवा 'पद्मनाभा नारायणा' हे भजन म्हटलं असतं. पण त्यात 'माधवा' असा शब्द आहे. म्हणून ती ते गाणं म्हणत नाही.' माधव.
'अरे फार कशाला, 'वाजवी पावा गोविंद' हे गाणं पण ती म्हणत नाही. कारण त्यात सुरुवातीला 'शरदाचे चांदणे' हे शब्द आहेत. तेव्हा ती एकच गाणं म्हणते आणि ते
म्हणजे...'
'कुठं नेतोस रे गोविंदा...'
सर्वांनी कोरस म्हटला.
'अरे पण तिनं माझ्यात काय पाहिलं रे?' गोविंदाचा अस्वस्थ आवाजात प्रश्न.
'गोविंदा, अरे मुहब्बत अंधी होती है!'
'सच है'– मधू.
'आदमी पढेला-लिखेला नहीं है– यह भी मुहब्बत सोचती नहीं. वह सिर्फ एक बात जानती है की...'
तेवढ्यात पद्माची पलीकडून तान,
'कुठं नेतोस रे गोविंदा'
'सच है...' टाळ्यावर टाळ्या पडल्या.
'ए, now be serious.'
सगळे चुपचाप उभे राहिले

'गोविंदराव, तुम्ही कोणाकडंही लक्ष देऊ नका, कारण हे सगळे लोक चहाकॉफीसाठी टपलेले आहेत. तुमच्या हृदयाचा फालुदा होतोय्, याची त्यांना पर्वा नाही. तेव्हा तुम्ही माझं ऐका. आपली बुवा direct method असते नेहमी. तुम्ही सरळ पद्माकडं जा.'

'छे छे!' गोविंदा घाबरून म्हणाला.

'अरे भिताय् काय?... जास्तीत जास्त काय होईल? ती नाही म्हणेल. तुमचा गैरसमज झालाय् असं म्हणेल. तसं म्हणाली तर I am sorry म्हणायचं आणि परत यायचं. एकदा खात्री करून घ्या, म्हणजे या बाकीच्या टारगटांची तोंडं बंद होतील.' –माधव.

'आमची लाईन क्लिअर होईल.'

'आमची पण!'

'ए साल्या, माझा नंबर आहे नंतर. मध्ये घुसायचं नाही.'

'आपण वार वाटून घेऊ.'

'अरे पण आधी गोविंदाचा फैसला होऊ दे ना!'

'agreed, agreed! गोविंदराव, एकदा विचारून टाका. त्याचं काय आहे, दिवस वाया जाताहेत.'

'दिवसच का, रात्री पण!'

'शऱ्या, साल्या गप बस. ती आपली वहिनी आहे. हो की नाही गोविंदराव? आमचं राहू दे. तुम्ही कधी विचारताय्?'

'नाही, नाही, मी विचारणार नाही.'

मग त्या कंपूनं त्याचा रोख बदलला. दुसरा पेच सुरू झाला.

'ऑलराइट गोविंदराव, तुम्हाला एखादी गोष्ट पटत नसेल तर नका करू, पण आम्हाला एक गोष्ट सांगायला काय हरकत आहे?'

'येस, शरद इज राइट. गोविंदराव, माणसानं मनात काही ठेवू नये, नाही तर डोक्यावर परिणाम होतो.'

हा त्या कंपूचा ठरलेला पेच! केव्हातरी लहानपणी तापात गोविंदा खूप अशक्त झाला होता. तेव्हापासून त्याला अभ्यासाचा ताण सहन होईनासा झाला. मग शाळा सुटली. घरीच मास्तर ठेवून अभ्यास सुरू झाला. त्या पोरात घेण्यासारखी एकच गोष्ट होती. त्याला स्वच्छतेचं अमाप वेड होतं आणि त्याचं हस्ताक्षर दृष्ट लागेल असं होतं. पण, त्याच्या घरात, त्याच्या डोक्यावर कसलाही परिणाम होऊ नये म्हणून फार जपत त्याला. घरात चांगली हेवा वाटावी अशी सुबत्ता होती, त्यामुळे गोविंदाकडे लक्ष द्यायला सगळ्यांनाच सवड होती.

'डोक्यावर परिणाम होतो' –या वाक्याचा त्या कंपूला हवा होता तो परिणाम झालेला

असणार.
कारण गोविंदा लगेच म्हणाला,
‘खरंच, डोक्यावर परिणाम होतो?’
‘अर्थात.’
‘म्हणजे काय होतं नक्की?’
‘मी सांगतो.’
‘नको शऱ्या, तुला नीट सांगता येणार नाही. मधू नीट सांगेल.’
‘त्याचं काय आहे गोविंदराव, एखादी गोष्ट खूप दिवस नुसती मनात ठेवली तर माणूस प्रथम झोपेत बरळतो.’
‘काय पण?’
‘आता असं पाहा, तुम्हाला पद्मा आवडते की नाही? खरं बोलायचं हं. आम्ही सांगणार नाही कुणाला.’
‘नाना ऐकतील ना.’
‘छे, दारं लावून म्हातारा सारखा झोपलेला असतो.’
‘मला पद्मा आवडते.’
‘चिक्कार?’
‘हो.’
‘तिला गच्च मिठी मारावीशी वाटते का?’ शरद.
‘लाजायचं नाही. स्पष्ट बोलून टाकायचं.’
‘हो.’
‘करेक्ट. तुम्ही हे बोललात ते बरं झालं. गेला महिनाभर आम्ही खनपटीला बसलो तेव्हा तुम्ही आज खरं बोललात.’
‘तुम्ही जर आज हे कबूल केलं नसतंत तर याच गोष्टी तुम्ही स्वप्नात बोलला असतात.’ शरद.
‘शऱ्या अजूनसुद्धा ती भीती आहेच.’ माधव खोटी काळजी दाखवत म्हणाला.
‘कशी काय?’
‘यांच्या मनातले विचार हे स्वतः जोवर पद्माजवळ बोलत नाहीत तोवर हा धोका आहेच.’
‘नाही, नाही, मी पद्माला सांगणार नाही.’ गोविंदा धास्तावून म्हणाला.
‘मग तुम्ही नक्की झोपत बरळणार आणि तुमच्या घरात हे सगळ्यांना कळणार. कळू दे?’
‘नको, मला मार बसेल.’
‘मग आमचं ऐका. तुम्ही पद्माशी बोला हे.’

'मला भीती वाटते.'
'मग बेस्ट आयडिया. तुम्ही तिला पत्र लिहा. तुमचं अक्षर पाहून ती वेडी होईल.'
'नको लेका, रायटिंगमध्ये काही नको.'
'मग?'
'direct method.'
'बस् बस्, गोविंदराव, एक मस्त कल्पना सांगतो.'
'सांगा.'
'ती स्वत:ला राधा समजते आणि तुम्हाला कृष्ण समजते.'
'खरं?'
'अर्थात्. म्हणून तर सगळी तसली गाणी म्हणते. तेव्हा आपणही न बोलता कृष्णासारखं वागायचं. आलं लक्षात?'
'नाही.'
'कृष्णानं काय केलं?'
'दूध-लोणी चोरलं.' –माधव.
'तो जमाना गेला रे.' –शरद.
'गोपींची वस्त्रं पळवली.'
'करेक्ट.'
'म्हणजे तू गोविंदरावांना असलं काही करायला लावणार?'
'कोण गोविंदराव? –हे? –हे आहेत प्रत्यक्ष कृष्ण. ती आहे गोपी. कृष्णाला सगळं माफ आहे. तेव्हा असं करायचं.'
त्यांची मग कुजबुज सुरू झाली.

त्यानंतर दोनच दिवसांनी नानांच्या खोलीसमोरच गोविंदाचा गळा पद्माच्या मामानं पकडला होता. गोविंदा भीतीनं पांढरा फटक् पडला होता. त्याला गदागदा हालवीत मामा म्हणत होता,
'या घरात. तुमच्या समोर पद्माला विचारतो की तुझं या गोविंदावर प्रेम आहे का म्हणून. ती जर हो म्हणाली तर पंधरा दिवसांत तुमचं लग्न लावून देतो आणि जर नाही म्हणाली तर तिच्याकडून तुम्हाला चपलेनं मार देववतो. या कृष्णराव, तुम्ही गोपींची वस्त्रं पळवायला लागलात.'
तेवढ्यात गोविंदाचे आईबाप बाहेर आले. पण तोवर गोविंदाची मानगूट पकडून मामानं त्याला घरात नेऊन दारही लावलं होतं.
मग गोविंदाच्या आईवडिलांच्या बाहेरून आक्रोशयुक्त हाका. गोविंदाच्या आतून हाका आणि चपलेनं मारलेले तडाखे– एकच धामधूम झाली. गॅलरीत कोणीतरी,

कुणाला तरी सांगत होतं, पद्मा आंघोळीला गेली असताना गोविंदानं व्हेंटिलेटरमधून काठी घालून तिचं पोलकं आणि टॉवेल बाहेर ओढून घेतला.
पाच-दहा मिनिटांनी दाराच्या फटीतून मामानं बाहेर पाहिलं आणि एकच दार उघडून गोविंदाला बाहेर ढकलून दिलं. काळानिळा पडलेला गोविंदा हंबरडा फोडून आईच्या गळ्यात पडला.
'कोर्टात खेचा', 'घरात नेऊन मारणं हा फौजदारी गुन्हा आहे'– वगैरे उपदेश– सल्ले सुरू झाले. पण गोविंदाच्या वडिलांना ते करायला सवड नव्हती. त्यांना निराळ्याच संकटाला तोंड द्यायचं होतं.
गोविंदा आजारी पडला होता. ताप हटत नव्हता. रात्री-बेरात्री तो तापात गाणी म्हणायचा. 'माझा धरून हात, कुठं नेतोस रे गोविंदा'– ही ओळ आता वेड्यावाकड्या स्वरात गोविंदाच्या घरातून ऐकू यायची. मग तो म्हणायचा, 'गोविंदा म्हणजे मीच. वामन नाही, मधू नाही, शरद नाही, गोविंदा म्हणजे कृष्ण, म्हणजे मी. कुठं नेतोस रे गोविंदा ऽ ऽ ऽ' त्यामागून आईचे हुंदके आणि पाहायला येणाऱ्यांचा सल्ला, 'कोर्टात खेचा. चाळीत राहून पाचकळ गाणी म्हणतात, आणि इतरांना फाशी चढवतात. कोर्टात खेचा.'

त्यानंतर गोविंदाला घेऊन त्याची आई गावाला गेली. ती जवळ जवळ चार महिने बाहेरगावी होती. जाताना त्या खेडेगावात विरंगुळा म्हणून गोविंदाच्या वडिलांनी त्याला एक ट्रान्झिस्टर घेऊन दिला. त्यानंतर एक गंमतीची गोष्ट, नभोवाणीवर स. न. वि. वि. या पत्रव्यवहाराच्या सदरात गोविंदाचं नाव दोनतीनदा प्रामुख्यानं घेतलं गेलं होतं.
गावाहून परतलेला गोविंदा बराचसा सुधारलेला दिसला. अंगानं आणि मनःस्थितीनंदेखील. इथं परतल्यावर पुन्हा पहिल्या गोष्टींची उजळणी होईल की काय ही भीती उरली नव्हती. कारण पद्माचं कुटुंब जागा सोडून दुसरीकडे राहायला गेलं होतं. आणि त्या जागेत राहायला आलेली माणसं चारच दिवस राहून बाहेरगावी गेली होती.
गोविंदा गॅलरीत कधीच दिसत नव्हता. ती चांडाळचौकडी पण कार्य पार पाडल्याप्रमाणे बरखास्त झाली होती. त्यांच्या भेटण्याच्या वेळा आणि जागा बदलल्या होत्या.
गोविंदाचा आता रात्रंदिवस एकच उद्योग चालला होता. कुशीत ट्रॅन्झिस्टर घ्यायचा आणि जितका वेळ रेडिओ चालू असेल तितका वेळ तो सातत्यानं ऐकायचा. मग गाणी असोत, बातम्या असतो, काहीही असो. त्यानंतरचा व्यवसाय म्हणजे नभोवाणीला प्रत्येक कार्यक्रमावरचा अभिप्राय कळवायचा. कधी चांगला, कधी वाईट! शनिवारी प्रश्नोत्तरांचं सदर असलं की तो सकाळपासून बेचैन असायचा. त्या कार्यक्रमात जेव्हा त्याला स्वतःच्या नावाचा उल्लेख ऐकायला मिळायचा

तेव्हाच त्याला जेवण गोड लागायचं. रात्री झोप लागायची.

मुलगा सुधारला असं आईवडिलांना वाटलं. त्यात कुणीतरी म्हणालं, 'त्याचं लग्न करून द्या. मग तो आणखी सुधारेल.'

आणि एक दिवस दरवाजावर तोरण आलं. पायांत जोडवी घातलेली कोवळी, गोरीपान पावलं त्या गॅलरीतून फिरू लागली. हिरव्या चुड्याची किणकिण मधून मधून ऐकू येऊ लागली. त्या कारणानं घराला रंगरंगोटी झाली.

एक दिवस श्रीसत्यनारायणाची पूजा झाली.

खालच्या मानेनं गृहलक्ष्मीनं लाजत गोविंदाचं नाव उखाण्यात घेतलं.

गोविंदाच्या घरची दैनंदिनी बदलली.

लक्ष्मी-नारायणाचा जोडा कोऱ्या कपड्यांचा वास, अत्तराच्या वासात मिसळून, तो गॅलरीभर उधळीत 'जा-ये' करू लागला. तो जोडा दृष्टिआड होईतो इतर लोक वाकवाकून पाहू लागले.

देवाच्या फुलांच्या पुडीबरोबर एक वेणीची पुडी घरात पडू लागली.

येणाऱ्या-जाणाऱ्या माणसांना वाकवाकून नमस्कार होत राहिले.

गोविंदाच्या आईला मोकळीक सापडून ती संध्याकाळी अधूनमधून बाहेर पडू लागली.

आणि मग काही दिवसांनी...

दारावरचं तोरण धुरकट झालं! पायांतली जोडवी 'टोचतात' या सबबीखाली ती दूर झाली. वेणीचा रतीब बंद झाला. हातातल्या बांगड्यांची संख्या दोनवर आली. नाविन्य ओसरलं. नव्या कपड्यांचे रंग घरातल्या इतर कपड्यांना लागले आणि ते डाग मात्र पक्के झाले. रंगाची गॅरंटी ही अशीच असते. त्याचे इतर कपड्यांना लागलेले डाग कधी जात नाहीत.

आणि मग गोविंदाची बायको तासच्या तास गॅलरीत उभी राहून, शून्यात नजर लावून बसू लागली. उदासवाणी आणि खिन्नपणे.

गोविंदा पुन्हा तासचे तास 'नभोवाणीच्या सहवासात' स्वर शोधू लागला.

पाचही मंगळवार घरातच साजरे झाले.

दिवाळसण आटोपला.

मग आली संक्रांत.

सूनबाईला काळी चंद्रकळा मिळाली.

आणि वातावरण परत बिथरलं, तापलं, ढवळून निघालं! चाळीत येणाऱ्या-जाणाऱ्या प्रत्येक माणसाला गोविंदाचे वडील ते पत्र दाखवू लागले.

नभोवाणीकडून गोविंदाला पत्र आलं होतं. त्यात म्हणे गोविंदाला धमकी दिली होती की, 'आपण पुन्हा नभोवाणीवर सादर होत असलेल्या कार्यक्रमांवर कोणतेही अभिप्राय कळवू नयेत. नभोवाणीला त्याची गरज नाही. या पत्राप्रमाणे आपण अभिप्राय पाठवणं न थांबवल्यास कडक उपाययोजना करावी लागेल. पकडवॉरंट काढून तुम्हाला कैद करण्याचा अधिकार आम्हांला आहे.'

या पत्रामुळे गोविंदा पुन्हा बिथरला. त्याची अव्याहत बडबड चालली होती. सूनबाईचा चेहरा मात्र शांत होता. आपल्या नशिबात हेच पाप लिहिलं आहे याबद्दल तिची खात्री होती. त्यातून सुटका नव्हती.

गोविंदाचे वडील व आई ते बनावट पत्र कोणी पाठवलं असेल याचा कसून शोध घेत होते. पुन्हा येणाऱ्या-जाणाऱ्यांची संख्या वाढली होती. गोविंदा शंभरदा, हजारदा ते पत्र सर्वांना वाचून दाखवत होता. आणि तो सोहळा पार पडेतो सूनबाई बाहेर उभी राहू लागली.

आणि एके दिवशी सूनबाईनं नानांचा दरवाजा ठोठावला. नानांनी दार उघडलं.

'घरात पाहुणे आहेत, मी इथं पत्र लिहायला बसू का?'

नाना हो म्हणाले. तिला पत्र लिहिण्यासाठी टेबल साफ करून दिलं.

मध्येच तिला घरातून हाक आली.

ती गेली. तिचा पत्राचा कागद वाऱ्यानं उडून खाली पडला. तो नानांनी उचलून ठेवला.

तिचं अक्षर काहीतरीच होतं.

ती परत आली. पत्र लिहू लागली. नानांनी सहज पाहिलं व विचारलं,

'तू डावखोरी आहेस का?'

तिला एकदम रडायला आलं. टेबलावर डोकं टेकून ती रडू लागली.

नाना पुढं झाले. टेबलावरचं पत्र पाहून चकित झाले. वेड्यावाकड्या अक्षरात त्यात लिहिलं होतं, 'पुन्हा नभोवाणीवर आपण अभिप्राय कळवलात तर पकडवॉरंट काढून आपणास कैद करण्यात येईल.'

बाकीचा मजकूर तिच्या हाताखाली झाकला गेला होता.

'कुठं बोलू नका, मीच ते पत्र लिहिलं, डाव्या हातानं!'

'का?'

'तो प्रेमाचा सिनेमा होता. हे म्हणाले, 'तो आता तिच्यावर प्रेम करतोय पण नंतर तिच्याकडून चपलेचा मार खाईल, मला सिनेमा पाहायचा नाही.' आणि आम्ही अर्ध्या सिनेमातून परतलो.'

'नंतर पुन्हा गेलात ना पण?'

'सगळेच सिनेमे आम्ही अर्धे पाहिले. प्रेमाचा भाग आला की ते उठून येतात.'

'म्हणून तू पत्र लिहितेस आता?'

'हो. कार्यक्रमात त्यांचं नाव घेतलं नाही की ते फार दु:खी होतात. म्हणून ही कल्पना सुचली मला. मी एकटीनं किती दु:खं सहन करू?'

'एवढंच ना?'

'सांगते बाकीचं पण. वडिलांना सांगू शकणार नाही, पण तुम्हाला सांगते. लग्न झाल्यास आम्ही एकत्र आलेलो नाही. रोज रात्री हाच प्रकार होतो. ते जवळ येतात आणि लगेच दूर जातात व म्हणतात, 'तू नाही तर तुझा मामा मला चपलेनं मारील.' गेले कित्येक महिने हा प्रकार चाललाय. ते अर्धवट वेडे आहेत, ते पूर्ण वेडे होऊ देत. मग मी घटस्फोट मागीन. घटस्फोट घेऊन उपयोग नाही. पण नाना, कुणीतरी मामंजीना सांगितलं की, 'लग्न करून द्या म्हणजे हे सुधारतील. पण नाना, त्यात माझा का बळी? मी काय पाप केलंय की मला म्हणून हा नवरा मिळावा...? माझं काय चुकलं?'

तिला खोलीत तशीच सोडून नाना गॅलरीत आले. त्या पाहुण्यांना ते पत्र गोविंदा दाखवत होता. समोरच्या फूटपाथवर ती चांडाळचौकडी हास्यविनोद करीत उभी होती.

शहराझादनं गोष्ट संपवून विचारलं, ''गोविंदाच्या बायकोनं नानांना विचारलं, 'यात माझा का बळी? माझं काय चुकलं होतं?'– सखे दुनियाझाद, मला एक सांग, यात खुद्द गोविंदाचं तरी काय चुकलं होतं?''

काही क्षण विचार करीत दुनियाझाद म्हणाली, ''ताई ही सगळी कॉलेजमधून शिकणारी सुशिक्षित मंडळी. स्वत:च्या सुखासाठी दुसऱ्याचा बळी यांना देववतो तरी कसा?''

दुनियाझादच्या प्रश्नाला उत्तर न देता शहराझाद म्हणाली, ''आणि याउलट, या सुशिक्षित, प्रौढ माणसांजवळ नसलेला समजूतदारपणा जेव्हा लहान-लहान मुलांत आढळतो, तेव्हा तू त्याला काय म्हणशील?''

''तू कोणत्या तरी लहान मुलाबद्दल काही सांगू इच्छितेस का?'' बादशहाकडे पाहात, गालांत हसत शहराझाद म्हणाली.

''तू बरोबर ओळखलंस.''

''मग सांग ना. महाराजांची अनुमती आहे असं समज.''

ओठांतली हुक्क्याची नळी दूर करीत बादशहानं मान हलवून संमती दिली. शहराझाद म्हणाली, ''शर्मिलाची कथा मी तुला सांगते. मला अजयच्या मित्रानं सांगितली तशीच आणि त्याच्याच भूमिकेतून सांगते.''

दुनियाझाद सरसावून बसली आणि शहराझादनं प्रारंभ केला.

गोष्ट दुसरी / दुर्दैवी शर्मिलेची गोष्ट

तीन दिवस झुंज देऊन अजयनं इथली यात्रा संपवली.

नाडी पाहण्यासाठी हातातच ठेवलेला अजयचा हात डॉक्टरांनी हलकेच खाली ठेवला. त्याच्या नाकातली ऑक्सिजनची नळी त्यांनी दूर केली. काय झालं असावं हे समजून नर्सनं सलायनची नळी पण काढायला सुरुवात केली. रबरी नळीला लावलेला चिमटा तिनं घट्ट केला. मधल्या काचेच्या नळीत ठिबकणारे थेंब तत्क्षणी थांबले. पायाच्या शिरेतली सुई काढून घेण्यात आली.

डॉक्टर माझ्याकडे पाहात पुटपुटले,

'आय ॲम सॉरी.'

त्यांना बरं वाटावं म्हणून मी म्हणालो,

'यू डिड् युवर बेस्ट.'

खाली मान घालून डॉक्टर निघून गेले.

मी तोंडदेखलं बोललो नव्हतो.

डॉक्टरांनी खरोखरच शिकस्त केली होती. दिवसातून दोनतीन नव्या नव्या डॉक्टर्सना ते सल्लामसलतीसाठी बोलावत होते. अजयला दाखल केलेल्या दिवशी आठ तास सतत ते कॉटपाशी बसून होते. सबंध दिवस ते जेवलेही नव्हते.

सार्वजनिक इस्पितळातील डॉक्टर, एका पेशंटकडं इतकं लक्ष देऊ शकतो यावर माझा विश्वास बसला नसता एरवी...

इतकं करूनही यश मिळालं नाही.

कोणत्या तरी एका क्षणापर्यंत पेशंट डॉक्टरचा असतो. नंतर तो नियतीचा होतो. कोणत्या क्षणी तो आपला होणार आहे हे नियतीला माहीत असतं, पण कोणत्या क्षणी तो आपल्या हातून निसटणार आहे हे डॉक्टरला माहीत नसतं.

डॉक्टर व्हायचं म्हणजे ह्या अन्यायाला तोंड देण्याची ताकद कमवावी लागते. अन्यायच हा.

कारण हा सामना 'आमने सामने' होत नाही. दुःख पराभवाचं होत नाही. फसवणूक करून पराभव गळ्यात मारला जातो याचं दुःख होतं. विजय नियतीचाच होणार असतो. तिला लबाड्या करण्याचं काय कारण असतं?

पेशंट एकाएकी सुधारल्याच्या खुणा दाखवतो.

आणि हातोहात निसटतो.

आम्ही मग विझायला आलेल्या ज्योतीची उपमा देऊन गप्प बसतो. कर्णाची बाजू अन्यायाची असतानाही, त्याला मरण ज्या परिस्थितीत आलं त्याचं दुःख होतं. प्रत्यक्ष भगवान कृष्ण पाठीराखा असताना, कर्णाचा शेवट या प्रकारानं करण्याची पाळी यावी?

डॉक्टरच्या हातून पेशंट निसटला की असंच काहीतरी वाटतं.

अजयच्या बाबतीत भूमीनंच चाक गिळायचा प्रकार झाला.

तीन दिवसांपूर्वी तो कामावर जात असताना एकाएकी स्कूटरचं मागचं चाक पंक्चर झालं. अजयचा तोल गेला. पस्तीस-चाळीस मैलांच्या वेगानं पळणारी स्कूटर आवरणं त्याला जमलं नाही.

मागून येणाऱ्या ट्रकखाली तो फेकला गेला. स्कूटर बाजूला फेकली गेली.

हेच जर उलट घडतं तर नुसत्या खरचटण्यावर अजय सुटला असता.

पण...

तशी मोठी जखम कुठंच नव्हती.

मेंदूत रक्तस्राव झाला होता. अजय तीन दिवस बेशुद्ध होता.

रात्रंदिवस डॉक्टर उशाशी होते.

आजचा दिवस उलटला की धोका टळणार होता. तशी चिन्हं दाखवून, आम्हांला थोडासा दिलासा दाखवून नियतीनं आपलं खरं केलं.

संपूर्ण व्हरांडा संपेपर्यंत डॉक्टरांची मान वर झाली नाही. त्यांचे ते अगदी दोनच क्षणापूर्वीचे शब्द

'आय ॲम सॉरी.'

मी म्हणालो, 'यू डिड् युवर बेस्ट.'

या संवादाचा खरा अर्थ आता मेंदूपर्यंत पोहोचला.

'यू डिड्...'

डिड्... म्हणजे 'डू'चा भूतकाळ डिड्.

म्हणजे... अजय गेला तर.

क्षणापूर्वी तो इथं होता. या कॉटवर, या देहात. माझ्याजवळ. आणि आता?

त्याचा फक्त हात माझ्या हातात आहे, पण त्या हातात 'तो' नाही.

हा हात आता आपल्याला पकडून शेकहँड करणार नाही.

सिगारेट ऑफर करणार नाही.

टाळी देणार नाही.

आणि या हातानं तो आपल्याला आता मारणारही नाही.

स्कूटर चालवण्याचे धडे मी गिरवत असताना अजयच्या चापट्या खाल्ल्या होत्या. स्कूटर हे वाहन, रहदारीनं काठोकाठ भरलेल्या या मुंबईत मी चालवू लागलो ते केवळ अजयमुळं. रस्त्यावरून चालणारा प्रत्येक पादचारी माझ्या स्कूटरखाली सापडण्यासाठीच फिरतोय अशी माझी खात्री होती. माझ्यातला आत्मविश्वास जागा करण्याचं कार्य अजयनं केलं. त्याच्या हाताखाली मी महिन्याच्या आत तरबेज झालो.

खटपटी-लटपटी करून त्यानं मला ड्रायव्हिंग लायसेन्स मिळवून दिलं. ड्रायव्हिंगमध्ये काही गफलत झाल्यानं अजय संकटात सापडेल ही अशक्य कोटीतील घटना होती, इतका तो आदर्श ड्रायव्हर होता.

भूमीनं चाक गिळलं म्हणूनच हे घडलं.

मनाची तयारी केली होती तीन दिवस, तरीसुद्धा प्रत्यक्ष ती दुष्ट घटना घडताच वहिनी बेशुद्ध झाल्या. सिस्टर धावली. डॉक्टरांना बोलावण्यात आलं. इतर नातेवाईक होतेच. वहिनी शुद्धीवर येताच त्यांना घरी नेण्यात आलं. अजयची डेड बॉडी घरी नेण्याची व्यवस्था करायची होती. त्यासाठी मला पुन्हा हॉस्पिटलमध्ये जायचं होतं. वहिनींना घरी आणताक्षणी पुन्हा फीट आली. मला मात्र परत जायलाच हवं होतं. वहिनींना सोडून मी निघणार तोच कानांवर हाक आली,

'काका ऽऽऽ'

अजयची आठ-नऊ वर्षांची मुलगी, शर्मिला धावत आली. शेजारच्या घरी तिला काल झोपायला पाठवली होती.

मला मिठी मारीत तिनं विचारलं,

'मला आज नेणार ना?'

'कुठं जायचं?'

'पपांना बघायला.'

'हो...' येणारा हुंदका दाबीत मी म्हणालो. त्याच क्षणी मनात विचार आला, यानंतरचा प्रसंग या पाखराच्या समोर घडता कामा नये. मी तिला चक्क कडेवर घेतली. शेजारी कर्णिकांच्या घरी गेलो.

कर्णिकांना मी म्हणालो,

'मी हिला असाच माझ्या घरी नेतोय.'

'What's the news?' त्यांनी मुद्दाम इंग्लिशमध्ये विचारलं.

संयम टिकवण्याचा प्रयत्न करीत मी म्हणालो,

'He is no more.'

कर्णिक सुन्न झाले.

'वहिनींना आत्ता आणलंय. She is unconscious. I want to take Sharmila

away as early as possible.'
'तुम्ही निघा. मी पाहतो सगळं.'
शर्मिलाला घेऊन मी निघालो.
टॅक्सीत बसल्यावर तिनं विचारलं,
'काका, पपांकडं जायचं?'
'नाही राजा. आधी आपण आमच्या घरी जाऊ. मग मी एक महत्त्वाचं काम करून येईन. मग आपण जाऊ.'
शर्मिला गप्प बसली.
शर्मिलाला घेऊन मी घरी जाताच विद्याला कल्पना आली.
'कधी?'
'झाला एक तास.'
न बोलता ती आत गेली.
शर्मिला चुपचाप बसून राह्यली.
'इथं खेळायचं हं.'
तिनं मान हलवली. तेवढ्यात शर्मिलाच्याच वयाची माझी मुलगी उर्मिला बाहेर आली. शर्मिलेला पाहताच तिची कळी खुलली.
'केव्हा आलीस?'
'आत्ताच तर आले.'
'इथं राहणार?'
शर्मिला काही उत्तर देणार तेवढ्यात उर्मिलेनं माझ्याकडे मोर्चा वळवला.
'अप्पा हिला आपल्याकडे राहू दे ना आज.'
'म्हणूनच तिला आणलं आहे.
टाळ्या वाजवत, पळता पळता उर्मिला म्हणाली,
'मी आईला सांगते.'
शर्मिला गॅलरीत गेली. तेवढ्यात उर्मिला बाहेर आली.
'अप्पा, आई पाहा रडतेय.'
मी उर्मिलेला गप्प बसायची खूण केली. तिला आतल्या खोलीत घेऊन गेलो. जागा झालेला असूनही, सुदर्शन लोळत पडला होता. मी उर्मिलेला म्हणालो,
'शर्मिलेला काही सांगायचं नाही. तिला आज सांभाळायचं.'
'काका कसे आहेत?'
'काका गेले बेटा आपल्याला सोडून.' सांगता सांगता माझ्या डोळ्यांत पाणी आलं.
सुदर्शन ताडकन उठून बसला. उर्मिलानं मला मिठी मारली. मी एकदम मन

आवरलं.
मुलांना म्हणालो,
‘तिला काहीही पत्ता लागू देऊ नका, सांभाळा तिला, भांडू नका. मी जाऊन येतो.’
‘अप्पा, काका आत्ता कुठं आहेत?’
‘सगळं मग सांगेन. शर्मिला आहे तोपर्यंत आता हा विषय काढायचा नाही.’
तसाच मी स्वयंपाकघरात गेलो. विद्या ओट्याजवळ बधीर अवस्थेत उभी होती. गॅसवर दूध होतं. सणसणीत तापून ते वर आलं होतं.
पण गॅस बंद करण्याचं भान तिला नव्हतं.
मी गॅस बंद केला. विद्यानं हुंदका दिला.
‘विद्या मन आवर. त्या पोरीला पत्ता लागू देऊ नका. मी जाऊन येतो.’

शर्मिलाला घरात सोडून मी बाहेर पडलो. सगळ्या गोष्टी आटोपेपर्यंत अकरा वाजले. पहाटे पावणेसहा वाजता अजय गेला. पाच तासांच्या अवधीत तो देहानंही राह्यला नाही या जगात. चौतीस वर्षांची जीवनयात्रा पाच तासांत संपली.
घरी आलो तर उर्मिलेनं शर्मिलाचा संपूर्ण ताबा घेतला होता.
उर्मिला आणि शर्मिला ही जोडीच होती. दोघींना एकमेकींचा ओढा होता. अजयनं मुलीचं नाव मुद्दाम शर्मिला ठेवलं होतं. दोघी बरोबरीनं बागडतील, वाढतील असं तो म्हणायचा. आत्ता दोघी जणी पोट धरून हसत होत्या. सुदर्शन काहीतरी नकला, हावभाव करून हसवीत होता. ते पाह्यल्यावर मला बरं वाटलं.
आंघोळीसारखी आंघोळ.
तीच बादली, तपेली, साबण, पाणी, सगळं तसंच-तेच, पण आजच्या आंघोळीचा अर्थ कितीतरी निराळा होता.
भयाण होता.
विद्यानं पान घेतलं.
‘विद्या, खरंच इच्छा नाही.’
‘सगळं माहीत आहे. तरी घासभर खाऊन घ्या. तीन दिवसांचं जागरण, मानसिक ताण, धावपळ– सगळं माहीत आहे. घासभर जेवा.’
जेवणाचं नाटक करून बाहेर आलो.
तेवढ्यात उर्मिला बाहेर आली.
‘अप्पा...’
‘बोला.’
‘मी माझी बाहुली शर्मिलाला देणार आहे.’

'कुठली?'

'परवा वाढदिवसाला आणली ती.'

'त्या दिवशी तुला दोन बाहुल्या मिळाल्या ना?'

'त्यातली मोठी. किल्ली दिली की चालणारी.'

'ती पस्तीस रुपयांची?'

'हो.'

'ती कशाला? दुसरी दे.'

'अप्पा तुम्हीच तर सांगता, की दुसऱ्याला नेहमी चांगली वस्तू द्यावी म्हणून. आणि अप्पा मी तिला हे सांगितलंसुद्धा.'

'हात्तिच्या, मग आता काय प्रश्न आहे?'

'अप्पा, तुम्हाला न विचारता मी असं वागले, हे माझं चुकलं हे मला माहीत आहे, पण...'

मी उर्मिलाकडं नुसतं पाह्यलं.

'रागावलात?'

'मुळीच नाही.'

'सुदर्शन म्हणतो, आता अप्पांचं फायरिंग खा.'

मी गप्पच राह्यलो.

'मी तिला सांगणार होते, की अप्पा तुला पुढच्या महिन्यात अशीच बाहुली आणून देतील. पण मग तुम्ही म्हणाला असतात, परवडणार नाही. मग तुमची किती पंचाईत झाली असती?'

मला हसायला येणार होतं. ते तिनं ओळखलं असावं.

उत्साहानं ती म्हणाली,

'म्हणून मी होती तीच दिली.'

'दुसरं काहीतरी द्यायचं'– मी म्हणालो.

थोडा वेळ गप्प राहून उर्मिला म्हणाली,

'तिला तरी आपल्याशिवाय कोण आहे द्यायला?'

मी लगबगीनं म्हणालो,

'बरं बाई, तुला काय द्यायचं असेल ते दे, पण असं काही बोलू नकोस. ती ऐकेल.'

उर्मिला अतिशय धोरणी. तिला हवं ते केल्याशिवाय ती राहात नाही. पण ती आम्हांला असं भासवते की आमच्या सांगण्यावरून तिनं हे सगळं केलेलं आहे. गोड बोलून तुम्हाला ती 'हो' म्हणायला लावते. आपल्याकडून 'होकार' गेल्यावर आपण कशाला 'हो' म्हटलं हे आपल्याला समजतं.

एक जुनी गोष्ट.
सुदर्शनला मी माझं रिस्टवॉच दिलं. बक्षीस म्हणून.
उर्मिला माझ्याजवळ आली.
‘अप्पा...’
‘बोला.’
‘मी सुदर्शनएवढी झाले की मला खरं घड्याळ घ्याल?’
‘जरूर.’
‘मग आज खोटं घड्याळ घेता?’
मला दीड रुपया घालवावाच लागला.
सुदर्शन त्या मानानं हळवा.
जास्त हिशेबी. आर्ग्युमेंट्स करणारा.
आजही तेच झालं.
उर्मिला तक्रार घेऊन आली. पाठोपाठ सुदर्शन.
‘अप्पा, मी म्हणते ते बरोबर आहे की नाही सांगा!’
‘काय?’
‘दादाजवळ पाच बॉलपेन्स आहेत. त्यातलं त्यानं एक शर्मिलाला द्यायला हवं की नाही?’
मी सुदर्शनकडे पाह्यलं.
‘तिनं मागितलेलं नाही.’
‘असं कुणी मागतं काय?– आणि मागितल्यावर कुणीही देईल.’
उर्मिला तावातावानं म्हणाली.
‘उर्मिले, तू चुप बस. तिला द्यायचं की नाही हे कोण ठरवणार?’
‘मीच ठरवणार.’
‘का म्हणून?’
‘तू माझा दादा आहेस आणि माझा तुझ्यावर अधिकार आहे म्हणून.’
‘माझ्यावर असेल, माझ्या वस्तूंवर नाही.’
‘तुझ्या वस्तूंसकट तू माझा आहेस.’
‘तिला बॉलपेन दिलं तरी ती काय करणार आहे?’
‘ते तिला ठरवू दे. तू कशाला ठरवतोस?’
मधे पडायला हवं होतं म्हणून मी त्यांना थांबवलं.
‘उर्मिला, तुला जे काय द्यावंसं वाटलं ते तू दिलंस. त्याला वाटलं तर तो देईल.’
‘अप्पा, मी देईनसुद्धा, पण तिला काय उपयोग आहे?’
‘तिला आता दुसरं कोण...?’

'उर्मिला, मी तुला मघाशीच बोललोय असं काही बोलायचं नाही म्हणून.'
'अप्पा, ही म्हणते, काका गेले म्हणून दे. तिला बरं वाटेल. पण अप्पा, तिला एकदा सगळं समजल्यावर, या वस्तूंनी तिचं काय समाधान होणार आहे?'
'तुम्ही दोघं ही असली चर्चा करू नका. तिला समजेल असं वागू नका. उर्मिला, तू दादावर जबरदस्ती करू नकोस.'
'पण मी काही चुकीचं सांगतेय का?'
'चुकीचं नाही, पण तरीही नको सांगूस.'

दुपारी आम्ही बाहेर पडलो. विद्याला मी अजयच्या घरापासून अर्ध्या फर्लांगावर सोडलं, आणि तीनही मुलांना घेऊन मी सरळ एम्पायरला लॉरेल हार्डीच्या सिनेमाला गेलो.
थिएटरबरोबर हास्यरसात तिन्ही मुलं बुडून गेली.
मी अजयच्या आठवणींत बुडून गेलो.
शर्मिलेवर अजयचा किती जीव होता हेच आठवत राह्यलं. आईपेक्षा तिचा ओढा बापाकडंच. अगदी परवा-परवापर्यंत अजय तिला गंमतीनं भरवायचा. अजयच्या स्कूटरचा आवाज ऐकून ती पोरगी उगीचच चार चार जिने उतरून खाली यायची. खूप लाडावलेली, खूप हट्टी अशी काहीशी शर्मिला.
'ह्यांनी डोक्यावर चढवली आहे.'... वहिनी रागावून म्हणायच्या.
'तुम्ही एवढ्या का रागावता?'– मी विचारीत असे.
'तिला त्यामुळं गर्दी वाटते.' अजय म्हणायचा.
रागावलेल्या वहिनी लगेच हसायच्या.
शर्मिलेला खरंच काय वाटेल?
आता दर रविवारची स्कूटर रपेट संपली.
वाढदिवसाचा थाट संपला.
रिबिन्सचा रतीब संपला.
जॉय आइस्क्रीमची भेट संपली.
भातुकलीच्या डावातला पाहुणा कलाकार 'अजय'– तो अवतार संपला.
मोठमोठ्यांदा गाणी म्हणणं, गावांच्या भेंड्या लावणं, फोटो काढणं, ट्रिप असेल तेव्हा शाळेत पोहोचवणं, गॅदरिंगच्या वेळी शर्मिलाला फॅन्सी ड्रेस कॉंपिटिशनचा नवा पोशाख... सगळं सगळं संपलं.
अजय म्हणजे अक्षय वाहता झरा होता.
आणि शर्मिला त्या धारेत सतत आठ वर्षं चिंब होत होती. सारखी त्या झोतातच होती. काठावर कधी आलीच नाही.

मीही सच्चा मित्र गमावला होता.
त्याचे-माझे विषय, हे त्याचे-माझेच होते.
मतभेद, आवडनिवड, विषय, वेड दोघांदोघांतच बांधलेलं असतं.
मित्राचा मृत्यू हा तेवढ्या आयुष्यापुरता आपलाच मृत्यू असतो.
पुढं अनेक भेटतील.
पण अजय भेटणार नाही.
आज मी अजयसारखा होणार होतो. शमावर तो जसा वात्सल्याचा वर्षाव करायचा तो सगळा वर्षाव मी करणार होतो.
हवा तो गायक मैफलीला मिळाला नाही की सही न् सही तस्साच गाणारा गायक जवळचा वाटतो– तसं.
शर्मिलेला काही माहीत नव्हतं ते बरं होतं.
अख्खं थिएटर खदखदत होतं.
मी तेवढ्या वेळात रडून घेतलं.
सिनेमा सुटताच आम्ही हॉटेलात गेलो.
'शमा, तू काय घेणार?'– मी अजयचा शब्द वापरला.
'मला काही नको.'
'वा, असं कसं?'
शर्मिला गप्प होती. तिला आवडणारा पदार्थ मी मागवला. ती मनापासून हसली. तिघंही पदार्थांवर तुटून पडले. खाता खाता, नुकत्याच पाह्यलेल्या सिनेमातले प्रसंग एकमेकांना पुनःपुन्हा सांगत होते. खळाखळा हसत होते. सुदर्शन नकला करून दाखवत होता. त्याला ते चांगलं साधतं.
अंगविक्षेप, हावभाव आणि आवाज तिन्ही प्रकारच्या अभिनयावर त्याची हुकूमत आहे. एकदा पाह्यल्यावर त्याच्या लक्षातही खूप राहतं. त्याच्या एकपात्रीमध्ये तो आता एवढा रंगला की हॉटेलातली इतर काही गिऱ्हाईकंही त्याच्याकडं मन लावून पाहात होती. शमाला गुंगवायचं म्हणून तो आटापिटा करीत होता.
शमाचं हसणं माझ्या काळजावरून प्रत्येक क्षणी सुरी फिरवत होतं. या निष्पाप लेकरावर मधेच हा असा वार करायचं, नियतीला काही अडलं होतं का?
एखादी व्यक्ती जेव्हा अकारण या जगाचा निरोप घेते, तेव्हा नियतीनं केलेला मला तो सरळ-सरळ खून वाटतो.
तऱ्हेवाईकपणाचा आरोप माणसावरच कशाला करायचा? नियतीकडूनच तो हे धडे घेतो.

सिनेमा झाला.

हॉटेल झालं.
आता यांना कुठं रमवावं हे मला कळेना. तसा मी स्वभावानं 'मुलात मूल' वगैरे मुळीच नाही. मुलांना बागेत नेऊन त्यांच्याबरोबर पळापळी करून 'देह कष्टविणं' हे मला साधलं नाही. किंवा चौपाटीवर वगैरे जाऊन वाळूत पाय अडकवून घेण्यासारखे योगही जमले नाहीत. म्युझियम, सर्कस, राणीचा बाग, मत्स्यालय इत्यादी वास्तूंना, 'गिरगावला टांग मारून' जाणाऱ्या ट्रॅमसारखा वागवून मी जात असे. 'करी मनोरंजन जो मुलांचे' वगैरे वगैरे करून देवाशी नातं जोडण्याची माझी महत्त्वाकांक्षा कधीच नव्हती. आता काय करावं या विचारात मी असतानाच सुदर्शननं माझी सुटका केली.
'अप्पा, आपण आता 'गेटवे ऑफ इंडिया' वर जाऊया का?'
'अवश्य.'
आम्ही 'गेटवे' वर गेलो.
लाँचमधून फेरी मारण्यासाठी रांगेत उभे राह्यलो.
खाली पाणीच पाणी, वर आकाश.
तुमची मन:स्थिती असेल त्याप्रमाणे या गोष्टी तुम्हाला भयाण किंवा आल्हाददायक वाटतात. अमर्याद समुद्र किंवा विशाल आकाश या दोन्ही निसर्ग-चमत्कारांचं आज मला मुळीच कौतुक नव्हतं.
माझ्या अजयचा आज खून झाला होता.
मुलं मजेत होती.
शमाला रमवायचं आहे याची कुठंतरी थोडीशी जाणीव सुदर्शनच्या चेहऱ्यावर मधूनच दिसायची. लगेच तिला तो हसवायचा प्रयत्न जारीनं करायचा. स्वत:ला प्रत्यक्ष खार लावून न घेता तो मुलांना छान रमवतो.
उमा आणि शमा दोघी मजेत होत्या.
लाँच पुन्हा किनाऱ्याकडं कधी वळते याचा पत्ता कधीच लागत नाही. आजसुद्धा समजलं नाही. गप्पागोष्टी करीत आम्ही चर्चगेटकडे निघालो.
फूटपाथवर मांडलेल्या रंगीबेरंगी स्टॉल्समुळं आमची पदयात्रा दहा दहा, पंधरा पंधरा फुटांवर थांबत होती.
काही अनावश्यक वस्तूंची खरेदी झाली.
ज्या वस्तू आत्तापर्यंत माहीतही नव्हत्या, त्या जर घेतल्या गेल्या नाहीत तर भविष्यकाळच उरला नाही, असे चेहरे करीत सुदर्शननं आणि उर्मिलानं माझा खिसा हलका केला. शर्मिलेसाठी पण खरेदी झाली.
आम्ही घरी पोहोचण्याआधी विद्या परतली होती.
तिचा सगळा दिवस, अजयच्या घरी, सांत्वनाचा निष्फळ प्रयत्न करीत

संपला होता.
मुलांना त्यांच्या खोलीत पिटाळून आम्ही वारंवार अजयबद्दल बोलत राह्यलो.
रात्री उर्मिलानं तिच्याऐवजी शर्मिलाला माझ्या कुशीत झोपायला लावलं. सबंध दिवसात शर्मिलानं अजयचं नाव काढलं नाही. मला बरं वाटलं. एक दिवस का होईना, मी तिचं त्या दुष्ट बातमीपासून रक्षण केलं होतं. उद्या सकाळी तिचे आणखीन कपडे आणायचे होते. आत्ता तिच्या अंगावर उर्मिलेचे कपडे होते.
पहाटेच जाग आली.
गाढ झोपलेल्या शमाकडं पाहात बसलो.
सकाळ केव्हातरी होणारच होती, त्याप्रमाणे ती झाली.
मुलं क्रमाक्रमानं उठली.
चहा-कॉफी झाली.
शर्मिलानं विद्याकडून वेणी घालून घेतली, आणि अपेक्षा नसताना समोर येऊन बसली.
'काय बेटा, झोप चांगली लागली होती का?'
तिनं मान हलवली.
'मी आता तुझे कपडे घेऊन येतो तुझ्या आईकडून.'
'नको काका.'
'का ग राजा?'
'मला घरी जायचंय.'
आम्ही सगळ्यांनी आग्रह केला. पण ती राहायला तयार होईना. मग मी तिला तयारी करायला सांगितलं.
शर्मिलानं मला वाकून नमस्कार केला.
नंतर विद्याला केला.
विद्या म्हणाली,
'बेटा, देवाला नमस्कार करावा. त्याला केला की सगळ्यांना पोहोचतो.'
शर्मिला ताठ उभी राह्यली. तिचा बालिश, निरागस चेहरा बदलला.
'मी देवाला नमस्कार करायची नाही.'
'का ग राजा?'
माझा प्रश्न पुरा व्हायच्या आत तिनं तळव्यात तोंड लपवून जोराचा हुंदका दिला.
आम्ही दोघांनी तिला जवळ घेतली.
'राजा काय झालं?'
ती जोरजोरात रडायला लागली.
'बब्ब्या, काय झालं?'

'मला... मला... सगळं... सगळं... समजलंय्.'
एवढं जेमतेम बोलून तिनं टाहो फोडला. दोन्ही मुलं 'आम्ही तिला काही सांगितलं नाही–' अशा खुणा करू लागली.
उर्मिला तर तिच्या बरोबरीनं रडायला लागली.
बऱ्याच वेळानंतर ती शांत झाली.
'तुला कुणी सांगितलं.'
'कुणी नाही.'
'मग कसं समजलं?'– विद्यानं विचारलं.
'कालच समजलं.'
'कसं?'
तिला मग हुंदक्यावर हुंदके यायला लागले. शब्द फुटेना. तरीही ती हुंदके देत बोलत राह्यली.
'काल... तुम्ही... इकडं... आणलंत्... तेव्हाच... मला... समजलं. पपा...'
तिनं पुन्हा हंबरडा फोडला.
पुन्हा ती हळूहळू गप्प झाली.
हुंदके देत सांगायला लागली...
'आमचे... देशपांडे... देशपांडे... काका वारले तेव्हा त्यांच्या मुलाला... मुलाला... रवींद्रला... असंच आम्ही एक दिवस... आमच्या घरी... आणलं होतं... असंच फिरायला गेलो... गंमत के... पप्पा... पऽऽऽ पाऽऽऽ'

कथा संपताच क्षणभर तिथं शांतता पसरली. दुनियाझाद म्हणाली,
"ताई, याचा अर्थ अजयच्या मित्रानं शर्मिलेला सांभाळलं नसून तिनंच त्या सगळ्यांना एक दिवस सांभाळलं असाच होतो की नाही?"
"होय."
"शर्मिलेला पाहावंसं वाटतं आणि असं वाटतं की इतक्या निष्पाप, निरागस मुलावर पोरकं होण्याचा प्रसंग येऊ नये. लहान वयात छत्र जाणं यासारखं दुर्दैव नाही."
शहराझाद यावर काहीच बोलली नाही.
"ताई, तुला माझं पटलं नाही का?"
त्यावर शहराझाद म्हणाली,
"मला यापेक्षा एक दुर्दैवी कहाणी माहीत आहे."
"बापाचं छत्र जाण्याहूनही दुर्दैवी?"
शहराझाद हिरीरीनं म्हणाली, "नियतीनं घाव घातला तर इलाजच नाही. मरणाच्या

दु:खावर काळाचं औषध आहे. पण सखे, आईवडील हयात असताना जर ते मुलांना दुरावले तर?"

"असं होतं?"

"होय. माणसाचा मृत्यूपेक्षा भयंकर शत्रू कुणी असेल तर तो म्हणजे अहंकार! स्वत:चीच प्रतिष्ठा सांभाळणारे आईवडील भेटले म्हणजे मुलांची कुचंबणा किती होते हे त्या दिवशी कोर्टात प्रत्यक्ष पाहायला मिळालं."

"केव्हा?"

"समीर आणि संध्या यांची साक्ष ऐकताना."

"ताई, माझी उत्सुकता आता कळसाला पोहचली आहे. पहाट व्हायला खूप अवकाश आहे. समीर-संध्या काय म्हणाली ते सांग."

शहराझाद पुढे झाली आणि तिनं समीर-संध्याच्या भूमिकेतून, त्यांच्याच शब्दांत सांगायला सुरुवात केली.

गोष्ट तिसरी / संध्या आणि समीर यांची गोष्ट

कालच्या कामापेक्षा आजचं काम जास्त अवघड आहे. तरी पण ते करायलाच हवं कारण डॅडींनी कालच सांगितलं की आपलं हे छोटंसं, चार माणसांचं घर वाचवणं तुझ्या हातात आहे. आपण काल चांगलेच वागलो.

आपल्या वर्गातल्या एकाही मुलाला आपल्यासारखं वागता आलं नसतं. कर्व्यांचा सुनील पोलिसाला जाम टरकतो. आपट्यांचा सुदर्शन तर कोर्टात रडायलाच लागला असता. एरवी एवढा रुबाब करणारा बोकिलांचा शरद. त्याचीसुद्धा ऐटीची फैटी झाली असती. आपण मुळीच घाबरलो नाही. त्या काळ्या डगल्यातल्या जज्जसाहेबांसमोर आपण ताठ उभे राह्यलो होतो. ते म्हणाले, 'बाळ, तू शपथ घेतली आहेस. माहीत आहे ना?'

'होय साहेब.'

'मग खरं बोलायचं.'

आपण मानेनं हो म्हणालो. मग त्यांनी पहिला प्रश्न विचारला –

'तुझे डॅडी आणि ममी भांडतात का?'

ताबडतोब उत्तर दिलं तर कोर्टाला संशय येतो, असं डॅडींनी सांगितलं होतं. ते लक्षात ठेवून आपण तातडीनं उत्तर दिलं नाही.

उत्तर आठवून दिल्यासारखं वाटावं असा आपण चेहरा केला.

मग जज्जसाहेबांनी पुन्हा तोच प्रश्न विचारला.
‘मुळीच नाही.’
‘पाहा. आठव.’
‘आठवलं.’
‘मग?’
‘नाही भांडत ते.’
‘अगदी कधीच भांडत नाहीत?’
‘तसं काय, मुलंसुद्धा भांडतात.’
‘बरोबर, बरोबर! आता एक नीट सांगायचं.’
आपण मानेनं हो म्हणालो.
‘लहान मुलांसारखी मोठी माणसं भांडतात ना?’
‘कधीकधी.’
‘मग डॅडी आणि ममीसुद्धा भांडत होती का नाही?’
‘थोडंथोडं.’
‘बरं, आता एकच सांगायचं समीर, डॅडी कधी ममीला मारत होते का?’
त्याबरोबर डॅडींनी शिकवल्याप्रमाणं आपण डोळे मोठाले करीत जज्जसाहेबांकडं पाह्यलं. तसं पाहताना प्रथम जरा भ्यायल्यासारखं झालं. पण तेवढ्यात डॅडी म्हणाले होते ते आठवलं.
‘हे छोटंसं, चार माणसांचं घर वाचवणं तुझ्या हातात आहे.’
हे आठवल्यावर मुळीच भीती वाटली नाही. आपणच जज्जसाहेबांना उलट विचारलं,
‘मारामारी करायला ती काय लहान मुलं आहेत का?’
जज्ज गालातल्या गालात हसले असं वाटलं. त्यांनी नुसती मान हलवली. ‘स्मार्ट चॅप’ का कायसं म्हणाले. समोर ममी उभी होती. ती काय तुफान रागावली होती. पण डॅडी नेहमीचं वाक्य बोलले. ‘यू डिड् वेल्.’ त्यानंतर डॅडींनी आपल्याला सिनेमाला नेलं. इंटरव्हलमध्ये आइस्क्रीम कोन घेतला आणि सिनेमा सुटल्यावर चक्क व्हिक्टोरिया केली. व्हिक्टोरिया आपल्याला आवडते. पण काल व्हिक्टोरिया तिच्या ठरलेल्या दुडक्या चालीनं चालायला लागली आणि ममीची, संध्याची जाम आठवण यायला लागली. डोळ्यांतून पाणी यायला लागलं. पण आता रडायचं कसं? गेले आठ दिवस डॅडी वारंवार म्हणत आहेत, ‘तू आता मोठा झालास!’ कोणता तरी इंग्लिश शब्द ते वापरतात. ‘मॅच्यु’... ‘मॅच्यु’ का कायसासा–
हां! आठवला मॅच्युअर्ड! एकदा माणूस मॅच्युअर्ड झाला की त्याला म्हणे रडता येत नाही. पण डोळ्यांत पाणी आलंच तर काय करायचं? खूपखूप पाणी यायला लागलं तर काय करायचं? डॅडींना कळलंच. त्यांनी जवळ घेऊन विचारलं,

'का रे पिल्ला, काय झालं?'

तर मग मोठ्यांदा रडावंसं वाटलं. कोर्टात ममी रागारागानं बघत होती. तेच दिसायला लागलं. तेवढ्यात डॅडी म्हणाले,

'आपण जिंकलो आज. त्या जज्जाची तर ऐटीची फैटी करून टाकलीस! मग आताच काय झालं?'

मग आपण सांगितलं, '...मी कुठं रडतोय्? आत्ता शेजारून बस गेली. डोळ्यांत एकदम कचरा गेला.'

डॅडींना बरं वाटलं. त्यांनी चिरूट काढला. मजेत पेटवला. बरं झालं. आता ते काही विचारणार नाहीत.

खोटं बोलावं लागलं. काय करणार पण? डॅडींनीच कोर्टात आपल्याला खोटं बोलायला लावलं. खोटं नाही तर काय?

त्या रात्री आपण जागे झालो ते ममी ओरडली म्हणूनच. त्या रात्री एक आपल्याला झोपच येत नव्हती. दुसऱ्या दिवशी शाळेची ट्रिप होती. घड्याळाचा गजर लावला होता. पण सारखी स्वप्नं पडत होती की शाळेची मोटार निघून गेली आहे. आपल्याला उशीर झाला आहे. वाटायला लागलं, घड्याळाचा गजर होणार नाही. पण मग मधेच झोप लागली आणि जागे झालो तर ममी रडत होती.

डॅडी कमरेवर हात ठेवून ममीकडे पाहात होते. त्यांच्या तोंडात तेव्हाही चिरूट होताच. आपल्याला चिरूटाचा वास फार आवडतो. पण इकडं ममी रडत आहे, रागावलेली आहे. आत्ता कसला चिरूट ओढायचा? झोप येत होती. गजराची काळजी होती. आणि काय होतंय् हेही पाहायचं होतं. मग आपण डोक्यावरून पांघरूण घेतलं. खोलीत दिवा होता. पांघरुणातून चक्क सगळं दिसत होतं. ममी रडतारडताच थांबली. तिनं डॅडींना विचारलं, 'ती बया कोण आहे सांगा!'

'कोणती?'

'वेड पांघरून पेडगावला जाऊ नका. मी कुणाबद्दल बोलत्येय्, तुम्हाला माहीत आहे.'

ममी आता जाम चिडली होती. 'चिडलीस म्हणजे तू छान दिसतेस' असं म्हणणारे डॅडी आता तिच्याकडं मुळीच लक्ष देत नव्हते. त्यांनी खांदे उडवले आणि ते जाऊ लागले.

ममी ताडकन् उठली. त्यांची जाण्याची वाट तिनं अडवून धरली.

'मी तुम्हाला तशी जाऊ द्यायची नाही! जिचा फोटो तुमच्या पाकिटात आहे—'

ममीचं वाक्य पुरं झालं नाही. डॅडींनी तिला चक्क ढकलून दिलं.

ममी चवताळली.

तिनं डॅडींचा हात धरून चावायचा प्रयत्न केला. पण तिला ते काय जमतंय्?

संध्याचीच आई ती. आणि डॅडींची बॉडी काय सॉलिड आहे! त्यांनी ममीला सरळ एक फाइट मारली आणि ते निघून गेले.
ममी ओरडली आणि तिथंच बसली.
ते सगळं लवकर आटपलं म्हणून मला बरं वाटलं. डोक्यावरून पांघरूण घ्यायची आपल्याला सवय नाही.
जाम घुसमटलो होतो.

पहाटे गजर झाला.
ममी तर गजर व्हायच्या आधीच उठली होती. का झोपलीच नव्हती?
काही समजलंच नाही. आपल्याला स्वप्नांवर स्वप्नं पडत होती. वाटेल ती.
एका स्वप्नात तर डॅडींनी ममीला फाइट मारली. का तेवढंच फक्त स्वप्न नव्हतं?
ममीकडं पाह्यलं तर तिचा कानाजवळचा भाग काळानिळा झालेला.
वाटलं, ममीला जवळ घ्यावी. तिच्या गालाचा मुका घ्यावा. तिला औषध लावावं. तिची समजूत घालावी. पण तिच्या अगोदर आपल्यालाच रडायला आलं तर? शिवाय रात्रीचं आपण सगळं पाह्यलं हे तिला कळेल.
तेवढ्यात ममीच जवळ आली. तिनं कुशीत ओढून घेतलं. केसांतून तिनं हात फिरवला. कपाळाचा मुका घेतला. आणि एकदम ती जाम रडायला लागली. रडता-रडता ती सांगत होती, 'समीर!... समीर, तू लवकर मोठा हो!'
'होणारच आहे. पण तू का रडतेस?'
'तुझी ट्रिप म्हटली की मला फार भीती वाटते. पडलास, लागलं तर काय करायचं?'
ममी चक्क खोटं बोलत होती.
पण मला ते आवडलं.
आपली ट्रिप मस्त झाली. कर्व्यांचा सुनील दोनदा पडला. लागलं नव्हतं कुठंही. तरीही बँड-एडच्या दोन पट्ट्या त्यानं मागून घेतल्या. त्याला त्या तशाच आवडतात हे मला माहीत आहे. शाळेपाशी मोटार थांबली तर ममी आणि संध्या मला न्यायला आलेल्या.
संध्याला मी चटक्याच्या बिया दिल्या. ट्रिपमधल्या गमतीजमती सांगताना टॅक्सी घराजवळ कधी थांबली, समजलंच नाही.
आणि पाहतो तर मामाचं घर.
'ममी, इथं कुठं?'
'सांगते.' असं म्हणून ममी टॅक्सीचे पैसे द्यायला लागली.
तेवढ्यात संध्या म्हणाली,

'आपण इकडेच राह्यचं.'
'माझी पुस्तकं, कपडे...'
'सगळं आणलंय् इकडे.'

रात्री संध्या माझ्या पांघरुणात शिरली.
'समीर.'
'समीरदादा म्हण.'
'समीरदादा.'
'ओ!'
'आज डॅडी नाहीत.'
संध्यानं आठवण करून दिली. मलाही वाईट वाटलं. डॅडी मस्त गोष्टी सांगतात. त्यांच्या अंगाला चिरूटाचा वास येतो. मला तो आवडतो.
एका बाजूला मी, दुसऱ्या बाजूला संध्या. डॅडी गोष्ट सांगायला लागले की त्यांचं तोंड मी माझ्याकडं वळवून घेत असे.
संध्या रडायची. मग डॅडी तिच्याकडं पाहून सांगायचे. मग आम्ही तह केला. वीस वाक्यं माझ्याकडं बघून सांगायची, वीस वाक्यं संध्याकडं.
माझं बरोब्बर लक्ष असायचं. एकोणीस वाक्यं झाली की डॅडींच्या हनुवटीला हात लावायचो.
एकदा डॅडींनी दम भरला.
'तुझं गोष्टींकडं लक्ष नसतं. नुसती वाक्यं मोजतोस.'
मग मी तसं करणं सोडून दिलं. आमच्या दोघांच्या मधून डॅडी कधी उठून जायचे, कध्धी समजलं नाही.
आत्ता सगळं आठवलं.
तेवढ्यात संध्यानं विचारलं,
'ए, काल डॅडींनी ममीला खरंच मारलं का रे?'
'कुणी सांगितलं?'
'ममी आजीला सांगत होती ते मला ऐकायला आलं.'
मी गप्प राह्यलो.
'ममी खोटं सांगायची नाही. पण आपले डॅडी कित्ती चांगले आहेत.'
'म्हणजे त्यांनी खरंच मारलं?'
'हो.'
'तू पाह्यलंस?'
'हो.'

‘तुझ्यादेखत मारलं.’
‘मी डोक्यावरून पांघरूण घेतलं होतं.’
‘मला का नाही उठवलंस?’
‘तो काय सिनेमा होता?’
‘मग तू का पाह्यलंस?’
‘आता दिसलं म्हणून पाह्यलं.’
‘बावळट आहेस.’
‘मार खाशील हं.’
‘मार मार.’
‘म्हणे मॅर मॅर.’
‘चिडवलंस तर चिडव. मी बावळटच म्हणणार. दादा-पादा!’
आपण तिच्या पोटात कोपर मारलं. संध्या लगेच रडते. पण त्या दिवशी ती मुळीच रडली नाही.
‘एवढा जोर होता तर काल ममीला का वाचवलं नाहीस?’
आयला! आपलीच ऐटीची फैटी झाली?
आपल्याला हे काल का सुचलं नाही?
वर्गात पाढे चालू होते. एवढ्यात शिपाई आला. मास्तरांनी हात वर करून पाढे थांबवले. सगळ्यांचा आवाज थांबला.
‘समीर गोरे’ मास्तरांनी हाक मारली.
‘प्रिन्सिपॉल बोलावताहेत.’
आपण टरकलो.
आपलं काय चुकलं? गेला महिनाभर तर आपण चांगलं वागलो. खिडकीची काच फुटली तेव्हा सिक्सर आपण मारली नाही. आपल्याकडं बॉलिंग होती. बॅट्समननं काच फोडली तर बॉलरचा काय दोष?
वर्गातली मुलं पाहात होती.
चेहऱ्यावर धीटपणा आणून आपण चालत होतो. भीती वाटली की मुद्दाम मनातल्या मनात एखादी कविता म्हणावी असं कर्वे सांगतो.
त्याला सारख्या कविता म्हणाव्या लागत असतील. मास्तर कौतुक करतात, कर्वेचं पाठांतर चांगलं आहे म्हणून. बंडल एकदम! सारखा भ्यायलेला. पाठांतराला काय तोटा?
आपण भीत नाही. प्रिन्सिपॉल काही म्हणाले तर सांगेन –
‘खबरदार जर टाच मारुनी जाल पुढे चिंधड्या, उडवीन राई राई एवढ्या.’
प्रिन्सिपॉलच्या खोलीला चिरूटाचा वास?

ओ:! डॅडी!

मी आत गेलो. प्रिन्सिपॉलना नमस्कार केला. आणि डॅडींना चिकटलो.

डॅडी खराब झाले होते.

मी त्यांच्याजवळ नुसता बसून होतो. तेवढ्यात पुन्हा शिपाई आला. त्यानं वर्गातून माझं दप्तर आणलं होतं.

म्हणजे आता यानंतर दांडी.

बरं झालं. सगळ्यांनी मिळून पाढे म्हणायचा कंटाळा येतो. नवं काही शिकवायला नसलं म्हणजे सगळ्यांना पाढे म्हणायला लावतात.

ते काय सिनेमातलं गाणं आहे सगळ्यांनी म्हणायला?

डॅडी ग्रेटच.

त्यांनी मला सरळ कपड्यांच्या दुकानात नेलं. लेंगे, गंजिफ्रॉक, बुशशर्ट्स, पँट्स, शिवाय युनिफॉर्मसुद्धा. दोनशे रुपयांचे कपडे घेतले एकदम.

मी विचारलं तर ते म्हणाले,

'आपण आता आपल्या घरी राहायचं.'

'आणि संध्या?'

'तुला पळवलं आज तसं एक दिवशी तिलाही पळवून आणू.'

'आणि ममी?'

'तुम्हांला दोघांना आणलं की ती आपोआपच येईल. जाते कुठं?'

पण डॅडींना संध्याला पळवता आलं नाही. ममीनं तिच्या शाळेत काहीतरी सांगून ठेवलं होतं.

मला वाटलं, डॅडी भडकणार. पण तोंडातला चिरूट खाली पडू न देता ते म्हणाले,

'नेव्हर माइंड– नेव्हर माइंड!'

डॅडींनी घरी स्वयंपाक करायला एक माणूस आणला होता. तो म्हणे 'महाराज.'

डॅडींनी नाव सांगताच मला हसायलाच आलं. स्वयंपाकी आहे आणि नाव काय, तर महाराज!

पण तसा तो बरा होता. घरातली सगळी कामं करायचा. एकीकडे ट्रान्झिस्टर लावून ठेवायचा. जाहिराती पण त्याला आवडायच्या आणि गाणी पण.

जाहिरात लागली की रेडिओला फाइट मारावीशी वाटते. माणूस काय काय वापरणार?

पण हा महाराज खूष. सगळ्यांवर खूष. माझ्यावरसुद्धा.

मी मागेन तेवढी साखर मला घालायचा.
आणि तरी ममीची आठवण यायची. ममी जास्त साखर मुळीच खाऊ द्यायची नाही.
लगेच डोळे वटारायची. तरी ममी ती ममीच.

आपण एकदा डॅडींना म्हणालो, 'मला महाराज आवडत नाही.'
'आवडेल-आवडेल. हळूहळू सवय होईल त्याची.'

रात्री तर जाम वैताग यायचा.
डॅडींकडे कुणीतरी बाई यायची. तिचं नाव डॅडींनी 'राणी' म्हणून सांगितलं.
मला हसायला आलं.
'का हसलास?'
मी म्हणालो, 'त्याचं नाव महाराज आणि तो स्वयंपाक करतो. यांचं नाव राणी. या
काय करतात?'
डॅडी गंभीरपणे म्हणाले,
'ती मोठी बाई आहे. पी.ए. आहे मोठ्या ऑफिसात.'
आपल्याला पी. ए.चा अर्थ समजला नाही आणि राणी पण आवडली नाही. तासन्
तास बसायची. इकडं डॅडी आणि राणी. तिकडं महाराज आणि ट्रान्झिस्टर.
आम्ही काय करायचं?
ममीची जाम आठवण येते.
डॅडींना पण येते. फक्त बोलत नाहीत. आता राणी येत नाही. महाराज तर एकदम
फफ्या आहे. त्याला तीनच भाज्या येतात.
पहिले तीन दिवस डॅडी एकदम खूष. म्हणाले, 'ममीची ऐट नको.'
चौथ्या दिवशी पुन्हा पहिल्या दिवसाची भाजी. डॅडी मुकाट्यानं जेवले. पाचव्या
दिवशी जेवले नाहीत. सहाव्या दिवशी भाजी पाहून भडकले.
मी म्हणालो,
'हव्यात कशाला भाज्या? चिक्कार साखर घ्यावी की झालं.'
डॅडी म्हणाले,
'मला साखर खायची नाही राजा.'

काल रात्री झोपताना ते म्हणाले,
'यू डिड् वेल्. तुझ्या ममीला आता यावं लागेल. उद्या फक्त संध्याला गाठायचं.'
'बरं.'
'मी सांगितलेलं सगळं तिला सांगायचं.'

असली म्हणजे?'
'संध्याला 'कोक्' प्यायला न्यायचं.'
'संध्या ऐकेल?'
'ऐकायलाच हवं. तू आता मोठा आहेस. म्यॅच्युअर्ड. कळलं?'

रात्री झोपच येईना.
रागावलेली ममी दिसायला लागली. स्वप्नांवर स्वप्नं. मधेच जज्ज दिसले. ते ओरडले,
'हा मुलगा खोटं बोलला. याची जीभ छाटा!'
मग आपण जागे झालो. जाम टरकलो. 'खबरदार जर टाच मारुनी जाल पुढे चिंधड्या...'
एका मोठ्या इमारतीसमोर टॅक्सी थांबली. कोर्ट-कोर्ट म्हणतात ते हेच का? किती माणसं ही!
किती पोलीस!
आणि सगळ्यांचे काळे कपडे.
सगळीकडे छत्र्याच छत्र्या दिसतात.
आपण मुळीच घाबरायचं नाही.
आजी सांगते, जो माणूस खरं बोलतो त्यालाच सगळे घाबरतात.
आपण कुणालाही घाबरायचं नाही. मग आपण आजीला विचारलं,
'सगळे घाबरतात?'
'हो.'
'मोठी माणसंसुद्धा?'
'हो हो. तीसुद्धा.'
'पोलीस पण?'
'हो.'
'आणि ते कोर्टातले साहेब...'
'जज्जसुद्धा.'
'पण आजी, ते काय काय प्रश्न विचारतात?'
'नाव विचारतील, शाळेचं नाव विचारतील, कितवीत आहेस विचारतील.'
'कविता म्हणायला सांगतील?'
'छे: ग वेडाबाई! ती काय तोंडी परीक्षा आहे शाळेतली?'
'मग काय विचारतील?'
'तुझे डॅडी तुझ्या ममीला मारतात का, हे विचारतील.'

‘होऽऽऽ? हे विचारतील?’
‘हो! म्हणून तर तुला नेताहेत. तेव्हा जे खरं आहे ते सगळं सांगायचं.’
‘म्हणजे मारतात म्हणून.’
‘तेच. जे खरं आहे ते सांगायचं. आम्ही शिकवलं म्हणून नाही.’
‘बरं, एवढंच ना?’
‘नंतर तुला ममीकडे राहायचं की डॅडींकडे हे विचारतील. काय सांगशील?’
मग रडायलाच आलं. आपण सांगितलं,
‘आजी, मला डॅडी-ममी दोघं हवीत ग.’
‘नशिबात लागतं बाळ.’
‘पण आजी...’
‘जाऊ दे. उद्याचं लक्षात ठेवायचं.’
‘हो.’
‘काय?’
‘खरं खरं बोलायचं.’
‘नक्की.’
‘धर्मराजाची गोष्ट लक्षात आहे ना?’
‘आहे. पण आजी, खरंच का ग त्याचा रथ अधांतरी चालायचा?’
‘तर! महाभारतात छापलंय्.’
‘मग आजी...’
‘बोल.’
‘आजी, मी कध्धी कध्धी खोटं बोलायची नाही.’
‘शाब्बास.’
‘पण मग आजी...’
‘काय?’
‘माझी स्कूटरसुद्धा धर्मराजाच्या रथासारखी जमिनीपासून सहा इंच– म्हणजे अधांतरीच चालेल का ग?’
आजी हसली.
‘आजी सांग ना.’
‘चालायलाच हवी.’

ममीबरोबर आत्ता येताना मुळीची भीती वाटली नाही. खरं बोलायचं म्हणजे झालं.
आणि एकदम पाह्यलं तर समोर समीरदादा.
‘ममी, मी समीरदादाबरोबर थोडं बोलू का?’

'बोल की. आपलं थोडंच त्याच्याशी भांडण आहे? पण बेटा, कुठं जायचं नाही.'
'नाही ममी.'

'समीरदादा...'
त्यानं पाह्यलं आणि एकदम मिठी मारली. किती दिवसांनी भेटला.
'समीरदादा, कसा आहेस?'
'मस्त! तू?'
'बरी आहे. समीरदादा, डॅडी कुठं आहेत?'
'आत्ताच त्या खोलीत गेलेत.'
'तू इथं काय करीत होतास?'
'तुझीच वाट पाहात होतो.'
'खरं दादा?'
'देवाशपथ.'
'दादा, डॅडी कसे आहेत?'
'चांगले आहेत. ममी?'
'ए, ती रोज रात्री रडते रे.'
'का?'
'तिला तुझी आठवण येते. तुला नाही ना येत?'
'येते ना.'
'मग पळून का नाही आलास?'
'बरोबर महाराज असतो ना सारखा.'
'डॅडींना माझी आठवण येते का रे?'
'येते. पण ते तसं सांगत नाहीत.'
'का?'
'ते तसेच आहेत. बरं संध्या, ममी कुठाय्?'
'ती काय.'

दादा धावतच सुटला.
त्यानं ममीला मिठी मारली. मला तो नेहमी 'रडी-रडी' म्हणून चिडवतो, आणि आत्ता तोच रडायला लागला.
ममी तर काय? तिच्या डोळ्यांत पाणी तयारच असतं. संपत कसं नाही?
ममीनं मग दादाचे डोळे पुसले आणि पर्समधून कॅडबरी काढून दिली. ममीनं ती कधी घेऊन ठेवली होती, सांगितलंच नाही.

समीरदादानं चॉकलेट घेतलं आणि मला जवळ बोलावलं.
त्यानं अर्धं चॉकलेट माझ्या हातात ठेवलं. आणि मग तो एकदम गंभीर झाला.
मोठामोठा दिसायला लागला.
'ममी, आम्ही 'कोक' घ्यायला जाऊ?'
'कुठं जाल?'
'इथंच खाली हॉटेल आहे.'
'लवकर याल?'
'पाच मिनिटांत.'
'नीट जाल?'
'नक्की. संध्याला सांभाळून आणतो.'
ममीला हसू आलं.
'पैसे?'
'आहेत माझ्याजवळ.' असं म्हणून दादानं माझा हात पकडला आणि तो म्हणाला.
'चल.'

दादाबरोबर कितीतरी दिवसांनी 'कोक' घेत होते. असं नेहमी का घेता येणार नाही?
'दादा, आपण असंच राहायचं का रे?'
'तुला आवडतंय् का?'
'नाही ना दादा. कंटाळा आला रे! आपलं घर किती छान आहे.'
'आता आणखीन छान होणार आहे.'
'म्हणजे कसं?'
'डॅडी आता नवं फर्निचर घेणार आहेत. भिंतींना रंगीबेरंगी कागद चिकटवणार आहेत.'
'हॉटेलसारखे?'
'त्याच्यापेक्षा चांगले. मग चेंजर आणणार.'
'म्हणजे काय?'
'एकदम सहा-सहा रेकॉर्डस् लागतात ते यंत्र.'
'मी पाह्यलय्.'
'झालंच तर डॅडी म्हणतात, भाव वाढायच्या आत नवा फ्रीज आणायचा आणि आइस्क्रीमचं यंत्र पण आणायचं. त्याशिवाय मला अभ्यासाला स्वतंत्र कपाट, टेबल आणि दिवा.'
'कशावरून रे?'

'डॅडींनीच सांगितलं. तू आलीस तर तुलाही असंच सगळं मिळणार आहे.'
'हो?'
'डॅडीच म्हणाले.'
मग काही बोलायला सुचेनाच. काय मजा येईल हे सगळं मिळालं तर?
पण कसं मिळणार? तेवढ्यात दादा म्हणाला,
'पाहा बुवा, विचार कर.'
'मी येईन रे. पण ममी...'
'संध्या, आपले डॅडी चांगले आहेत ग!'
'ममीसुद्धा चांगली आहे रे दादा!'
'आहे ना. मला सारखी आठवण येते तिची.'
दादा असं म्हणाला हे बरं झालं. ममीला हे समजलं की खूप बरं वाटेल.
'संध्या, डॅडींनी माझ्यासाठी चिक्कार गमती आणल्यायत्. विमान आणलंय्, बॅटरीवर
चालतं. दिवे लागतात. विझतात. दार उघडतं. मग शिट्टी वाजते आणि एअरहोस्टेस
बाहेर येते. सगळं आपोआप.'
'होऽऽऽ?'
'मग? एकशे पंच्याहत्तर रुपये पडले.'
'एवढे?'
'त्याशिवाय एक मोठी बाहुली आणलीय्.'
'बाहुली कशाला?'
'तुझ्यासाठी.'
'पण मी तर...'
'डॅडी म्हणतात, केव्हातरी माझं पिल्लू येईलच!'
ती बाहुली कधी पाहीन असं झालं.
'दादा, मी आजच येऊ का रे?'
'ममी पाठवेल का?'
'सगळा घोटाळा झाला, नाही? डॅडींनी त्या दिवशी ममीला मारायला नको होतं.'
'कोण म्हणतं मारलं म्हणून?'
दादानं हे विचारलं, मला रागच आला. एक नंबरचा खोटारडा. त्या दिवशी मला
घरी सांगितलंन, मी पांघरुणातून पाह्यलं म्हणून. आणि काल इथं खोटं बोलला.
'तू खोटारडा आहेस!' आपण बोलून गेलो. तो आपलं काय करणार आहे? फार
तर मारील. मारलं तर मारलं.
नेहमी खरं बोलायचे म्हणून गांधीजींना पण मारलं, असं आजी सांगते.
आणि धर्मराजाचा रथ तर...

पण दादा शांत होता. तो म्हणाला,

'मी मुद्दाम तसं सांगितलं.'

'का?'

'तुला डॅडी आवडतात ना?'

'हो.'

'मला एक सांग संध्या, नोकरी करून पैसे कोण मिळवतं?'

'डॅडी.' मी लगेच सांगितलं. आजी म्हणते, खरं बोलायचं. डॅडी पैसे मिळवतात हे खरं होतं.

'तुला खाऊ कोण आणत होतं?'

'डॅडी आणि ममी – दोघंही.'

'हो. पण ममीकडं खाऊसाठी पैसे येतात, ते कुणाचे?'

'डॅडींचे.'

'ममीला शंभरशंभर रुपयांचे कपडे, साड्या कोण आणत होतं?'

'डॅडीच.'

'दागिने तर किती आणले!'

'हो ना! मला साखळी तर मी मागितल्याबरोबर आणली.'

'खरं की नाही? मग आता सांग, डॅडींनी समज ममीला थोडंसं– म्हणजे फार राग आला म्हणून जरासं मारलं, तर काय बिघडलं?'

समीरदादानं विचारलं ते खरं होतं.

खरंच त्यात एवढं काय बिघडलं?...आपण विचार करायला लागलो, तेवढ्यात दादा म्हणाला.

'मागं ममी आजारी होती तेव्हा...'

आणि मग आपल्यालाही ते आठवलं.

'अरे दादा, तेव्हा तर डॅडी कामावर पण नाही गेले.'

'एकदा तर जेवलेसुद्धा नाहीत.'

'आणि दादा, देवासमोर हात जोडून कितीतरी वेळ तेव्हा ते प्रार्थना करीत होते.'

'ममीला धूर सहन होत नव्हता म्हणून त्यांनी चिरूटसुद्धा ओढला नाही.'

आपल्याला हे मुळीच माहीत नव्हतं.

'खरं सांगतोस?'

'मग? आणि एकदा कुठं डॅडींनी थोडं मारलं तर लगेच घर सोडायचं का?'

'पण, दादा...'

'काय?'

'डॅडींना ममी जर एवढी आवडते, तर त्यांच्या पाकिटात तो फोटो कसा?'

'वेडाबाई, त्यात काय? तुझ्या शाळेच्या दप्तरात राजेश खन्नाचा फोटो आहे की नाही?'

दादा म्हणाला ते खरं होतं. आपण होकार द्यायला हरकत नाही. दादा तावातावानं म्हणाला,

'आपली मारामारी कमी वेळा होते का?'

'आपली म्हणजे तू मार देतोस आणि तो मी खाते.'

'म्हणजे तेच.'

'वा!! तेच कसं? दोघांनी एकमेकांना मारलं तर ती मारामारी.'

'बरं, तसं म्हण.'

'होते ना! ही काय – इथं खोकसुद्धा पडली आहे तू मला ढकललंस तेव्हा.'

'आता तूच बघ! मग तेव्हा तू पोलिसाकडे गेली होतीस का?'

'कुठं गेले?'

'नसतंच जायचं. घरातलं भांडण घरात.'

'बरोबर आहे.'

आपण हो म्हणताच, 'बरोबर आहे' म्हणताच दादा एकदम गंभीर, एकदम मोठा दिसायला लागला. त्यानं डॅडींसारखीच हाताची घडी केली. चेहराही तसाच केला. आता फक्त समीरदादा उंच झाला आणि तोंडात चिरूट ठेवला की डिट्टो डॅडीच.

डॅडींसारखाच आवाज काढीत तो सांगायला लागला,

'हे बघ संध्या, आपलं घर एवढंस्सं! चार माणसांचं. त्या चार माणसांनी अशी छोटीछोटी भांडणं झाली म्हणून एकमेकांना सोडायचं का? खालच्या गॅरेजमध्ये राहतो तो माळी त्याच्या बायकोला गुरासारखं मारतो. पण तिनं घर सोडलं का?'

दादा खरं बोलत होता. आपल्याला तर डॅडीच बोलत आहेत असं वाटत राह्यलं. ममीनं खरंच घर सोडायला नको होतं. आपण विचारलं,

'दादा, मी काय करू?'

'आपलं घर वाचव. आपण सगळे एकत्र राहू.'

'वाचवायचं म्हणजे काय करायचं?'

'डॅडी ममीला मारतात का, असं विचारलं तर चक्क 'नाही मारत' म्हणून सांगायचं.'

'म्हणजे दादा, खोटं बोलायचं?'

'काय बिघडलं?'

'पाप लागतं.'

'पाप म्हणजे काय?'

‘ते नाही माहीत. आजी सांगते, धर्मराजा कधीच खोटं बोलला नाही. त्याचा रथ अधांतरी चालायचा. मी तिला वचन दिलंय, खोटं बोलणार नाही म्हणून.’
‘म्हणजे काय होईल?’
‘माझी स्कूटर अधांतरी चालेल. तसं मी सगळ्या मैत्रिणींना सांगितलंसुद्धा.’
दादा गप्प बसला. पण लगेच त्यानं विचारलं,
‘समज स्कूटर अधांतरी चालली तर त्यात फायदा काय?’
‘फायदा म्हणजे... अं... अं...’
खूप विचार केला, पण स्कूटर अधांतरी चालून फायदा काय हे सांगताच येईना.
‘पण दादा, खोटं बोलायचं म्हणजे...’
‘तुला आता कसं सांगू? गाय आणि खाटिक गोष्ट तुला सांगितली तर समजायची नाही.’
‘माहीत आहे. गायीचा प्राण वाचवायचा असला म्हणजे...’
‘बरोब्बर! पाहा बुवा, तूही आता काही लहान नाहीस. खोटं कधी बोलायचं हे समजायला हवं. मस्त एकत्र राहू.’

ममी ‘भिऊ नकोस’ म्हणाली. पण भीतीच वाटायला लागली.
डॅडी, ममी, समीरदादा, ही एवढी माणसं, आणि उंचावर बसलेले जज्जसाहेब. त्याशिवाय मामा, सारखा तोंडात तंबाखू आणि मग गुळण्या केल्यासारखा बोलतो.
पोलीससुद्धा आहेत. भीतीच वाटते.
तेवढ्यात त्या साहेबांनी विचारलं,
‘बाळ, तुझं नाव काय?’
‘संध्या गोरे!’
‘तुला ‘शपथ’ याचा अर्थ माहीत आहे का?’
हा प्रश्नही सोपा होता. गळ्याला चिमटा घेत आपण विचारलं,
‘गळ्याशपथ म्हणतात तीच ना?’
सगळे हसले. आणखीन भ्यायला झालं.
‘होय बाळ. बरोबर. आता शपथ घ्यायची.’
कुणीतरी समोर एक पुस्तक धरलं.
नाव वाचलं तर ‘गीता.’
आजी हेच तर रोज वाचते. ही गीता. म्हणजे महाभारत. पण म्हणजे धर्मराजा आलाच.
याच्यावर कसा हात ठेवायचा?– छे:!

'बाळ, घाबरू नकोस. शपथ घे.'
मग शपथ घ्यावी लागली.
मग त्यांनी विचारलं,
'बाळ, डॅडी आणि ममी भांडतात का?'
'थोडं थोडं.'
'मग भांडता भांडता डॅडी ममीला मारतात का?'
तो प्रश्न आला आणि कोर्टाची इमारत गरागरा फिरायला लागली.
दादा कानात ओरडून गेला, 'खोटं बोल. नाही म्हणून सांग. घर वाचव.'
आजी म्हणाली, 'खोटं बोलायचं नाही. धर्मराजाचा रथ...'
मग वर्गातल्या सगळ्या मैत्रीणी दिसल्या.
'आणखीन एकच महिन्यानं बघशील. माझी स्कूटर वरच्या वर चालणार.'
हेमा, नंदिनी, चित्रा, माली, रेखा– सगळ्या जमून खो खो हसताहेत.
चित्रा तर म्हणालीच, 'जमिनीला चाकं चिकटली बघ. म्हणजे ही खोटं बोलते.'
सांगू का खरं?... पण मग बाहुली, फ्रीज, आइस्क्रीम, नवं कपाट, स्वतंत्र टेबल– दिव्यासकट... हे काही नाही... त्याशिवाय दादा म्हणाला, 'राखी बांधायला तुला भाऊ नाही. दिवाळीत तुला भाऊबीज पण नाही.'

'बाळ, सांगतेस ना? डॅडी ममींना मारतात का? खरं सांगायचं बरं का!'
आणि काही सुचेनाच.
काय सांगू? खरं... खोटं... खरं...
सगळं गरागरा अजून फिरतच होतं.
साई सुट्यो म्हणताना जसं खच्चून ओरडतात, तसं आपण 'नाही... नाही... नाही...' म्हणून मोठ्यांदा ओरडलो. पण. त्याच वेळी कसं कुणास ठाऊक, चिक्कार रडायला आलं. सगळ्यांसमोर रडायचं नव्हतं, पण आवरेनाच.
जवळ ममी पण नव्हती. डॅडी पण नव्हते.
मग तिथल्याच कठड्यावर डोकं टेकावं लागलं.
मी रड-रड रडत होते आणि सगळ्या मैत्रिणी हसत होत्या.

संध्या आणि समीरची कथा सांगून होताच शहराझाद म्हणाली,
"मला याच प्रकारची आणखी एक कथा माहीत आहे. नवरा-बायकोची मनं पहिल्यापासूनच जर जुळली नसतील तर निष्पाप मुलं कशी होरपळून निघतात ते या पपाच्या कथेत ऐक."

असं म्हणून शहराझादनं पुढची कथा सांगायला प्रारंभ केला.

गोष्ट चौथी / बायकोच्या अहंकारापायी संसाराला दुरावलेल्या पपाची गोष्ट

नेहमीचे खेळ करून दाखवल्यावर डोंबारी कोपऱ्यात जाऊन बसला आणि जोरजोरात ताशा बडवायला लागला. प्रेक्षकांचं लक्ष वेधून घेणं एवढंच त्या आवाजाचं कार्य. बाकी त्यात संगीत नव्हतं, गोडवा तर नव्हताच नव्हता. डोंबाऱ्याला त्याची गरज पण नव्हती. वेळही नव्हता. शेलाट्या बांध्याची, करकचून कासोटा मारलेली एक सतरा-अठरा वर्षांची तुडतुडीत पोरगी ठसक्यात नाचत आली. रस्त्यावर पसरलेल्या गोणपाटावरच्या पाच-सहा महिन्यांच्या पोराला तिनं एका धोतरानं काठीच्या टोकाला बांधलं. झेंडा मिरवत न्यावा, त्याप्रमाणं ती दहा-बारा फूट काठी खांद्यावर उभी करून, तोऱ्यानं वर्तुळाकार चालत राह्यली. ते मूल तसंच काठीला बांधलेल्या अवस्थेत होतं. सहा-सात महिन्यांच्या त्या एवढ्याशा पिल्लाला सतरा-अठरा फुटांवरून रस्ता, जमीन, माणसं कशी दिसत असतील?
आपण एवढ्या वयाच्या मुलांना किती जपतो?
सर्दी, खोकला, देवी टोचणं, ट्रिप्लेट्स?
खरंच डोंबाऱ्याची मुलं कशी वाढतात?
त्यांना पेलतं कसं? मानवतं कसं? सोसतं कसं?
मुलं कोवळी असतात.
ओल्या मातीची असतात.
हे असंच जगायचं असतं हे त्यांना काहीच न कळायच्या वयापासून कळलेलं असतं.
'बाबुकाका, आत चला.'– राणी बिलगत म्हणाली.
'अग अजून पुष्कळ अवकाश आहे.'
'तरी चला.'
'ती बाई बघ कशी त्या लहान मुलाला...'
'खूपदा पाह्यलंय.'
राणीपुढं अपील नव्हतं. बाबुकाका उठले. त्यांनी ट्रॅन्झिस्टर काढला.
'बाबुकाका, नवी सेल्स आणली?'

'आणली.'
राणी टाळ्या पिटून नाचायला लागली. ती जुनी सेल्स फेकून नवीन बसवेपर्यंत राणी अक्षरश: फेर धरून नाचत होती. नाचता नाचता तिनं विचारलं,
'आज पपा उत्तर देईल?'
'नक्की.'
ती पुन्हा नाचायला लागली. सेल्स बदलल्यावर बाबुकाकांनी पुन्हा रेडिओ लावला. पण त्याला काय झालं होतं, कुणास ठाऊक! नवी सेल्स टाकूनसुद्धा तेवढाच आवाज.
सेल्स पुन:पुन्हा दाबून बसवली. पण नाहीच. ट्रॅन्झिस्टरच्या आवाजात काही सुधारणा होईना.
'बाबुकाका, लावा ना मुंबई ब.'
'बेटा, रेडिओ बिघडला आपला.'
'नाही लागत?'
'नाही ना.'
'पपांचा आवाज आता ऐकू येणार नाही?'
'नाही ना.'
राणीचे डोळे हां हां म्हणता भरून आले. बाबुकाकांनी तिला जवळ ओढून घेतलं.
'अग वेडाबाई, रडतेस कशाला?'
रडता रडता ती म्हणाली,
'बाबुकाका, कपडे बदला.'
'आणि काय करू?'
'आपण समोरच्या हॉटेलात जाऊ.'
'कशाला?'
'अगं तो हॉटेलवाला विविधभारती सोडून गंमतजंमत कशाला लावील?'
राणी पुन्हा हुंदके द्यायला लागली.
'रडू नकोस. मी तुझ्या ममीला सांगतो.'
'ममी मुळीच रेडिओ लावायची नाही.'
'मी आज सांगेन तिला.'
'ती नाही ऐकायची.'
'तुला पपाचा आवाज ऐकवला म्हणजे झालं ना?'
राणी अविश्वासानं पाहात राह्यली.
'ऐकवतो म्हणजे ऐकवतो. बाबुकाका कधी फसवतो का?'
तिनं मानेनं नाही म्हटलं.

'आता हास पाहू.'
राणी लगेच हसली.
'आता तोंड धुवायचं. नंतर...'
बाबुकाकांची नेहमीची वाक्यं पुरी करत ती म्हणाली,
'तोंड धुवायचं, पावडर लावायची. कुंकू लावायचं...'
'आणि मग?'
'बाबुकाकाला पापी द्यायची.'
'पळा.'
बाबुकाकांनी राणीला वचन दिलं खरं, पण ते पुरं करणं कठीण होतं. तिला आणखीन कुणा मित्राकडं न्यायला बाबुकाकांना सवड नव्हती. कॉलनीत इतर घरी जायला तिला बंदी होती. घरात तशी सक्त ताकीद होती. बाबुकाकांचं घर फक्त अपवाद म्हणून सुटलं होतं. अर्थात् हा अपवाद राणीवरच्या प्रेमातून निर्माण झालेला नव्हता, स्वतःचा स्वार्थ साधला जावा एवढ्यासाठी हा 'पासपोर्ट' होता.

तोंड धुऊन, चेहऱ्याला भरमसाट पावडर लावून राणी बाबुकाकांसमोर येऊन उभी राह्यली.
'आता पापी घे, म्हणजे तुझा जोकर होईल.'
बाबुकाकांनी राणीचा पापा घेतला. तिच्या गालाची पावडर त्यांच्या ओठांना लागून ते पांढरे झाले. बाबुकाकांनी राणीला उचललं आणि आरशासमोर आणलं. स्वतःचे ओठ पुसले. राणीला ठाकठीक केलं.
'आता काकींना नमस्कार.'
'चला.'
वेळापत्रकाप्रमाणं सगळं होत होतं. राणी बाबुकाकांच्या बायकोच्या फोटोसमोर उभी राह्यली.
'बाबुकाका, हार?'
'आज फुलवाला आलाच नाही.'
'बागेतलं फूल आणू?'
'नको. फुलं तोडायची नाहीत म्हणून काल नोटीस नाही का आली?'
'पण बाबुकाका...'
'काय?'
'नोटीस वाचल्यावर ममीनं काय केलं माहीत आहे?'
'नाही.'
'मुद्दाम, नको असताना दोन फुलं तोडली.'

'जाऊ दे. आपण लक्ष द्यायचं नाही.'

काकीच्या फोटोला नमस्कार करून ती निघाली.
'घरी जा, शहाण्यासारखी वाग. ममीचं सगळं ऐक.'
'मग ममी गंमतजंमत लावील?'
'नक्की.'
'बाबुकाका, तुम्ही चला ना ममीला सांगायला.'
'हा आलोच.'
बाबुकाकांनी दार लावून घेतलं. राणीनं तिच्या दरवाजाची कडी वाजवलेली बाबुकाकांनी ऐकली. दार उघडलं गेलं आणि ममीचा आवाज ऐकला.
'का ग सारखी दारं उघडायला लावते?'
बाबुकाकांनी याच वाक्याची अपेक्षा केली होती.
आता बाबुकाकांना लवकरात लवकर तयार व्हायला हवं होतं. त्या घरात पाऊल पडलं म्हणजे राणीसाठी फिर्याद घेऊन बाबुकाका आलाय हे ममी ओळखायची. सहसा बाबुकाका जातच नसत. क्वचित हे असं जावं लागायचं. तेही राणीसाठी. तिची कोणती ना कोणती मागणी पुरी व्हावी म्हणून. प्रथम प्रथम वारंवार जावं लागायचं. बाबुकाकांच्या देखत राणीच्या तक्रारींचं आणि बाबुकाकांच्या वकिलीचं कौतुक व्हायचं. बाबुकाकांची पाठ वळली की राणीला चौदावं रत्न दाखवलं जायचं.
पोरगी हळूहळू शहाणी व्हायला लागली. बाबुकाका जागरुक व्हायला लागले. राणीचं वकीलपत्र घेतल्यावर तिला सल्ला देण्याऐवजी तिला हवी ती गोष्ट देऊ लागले. पुस्तकं, खेळ, खाऊ, रविवारी फिरणं, बागेत शिवाशिवी, पळापळी, लपंडाव, पत्ते खेळणं, खोटं खोटं भांडणं, केव्हा केव्हा शाळेत पोहोचवणं, समजूत घालून भरवणं, बाबुकाकांचा जो काही आवाज होता त्या आवाजात गाऊन झोपवणं, नाकदुऱ्या काढून अभ्यास करवून घेणं, And what not? मुलीचं परस्पर सगळं बाबुकाका करत होते. एखादी आया, दाई, मोलकरीण जेवढं करणार नाही तेवढं बिनबोभाट होत होतं. मग ममी हरकत कशाला घेईल. तिचं भटकणं, शॉपिंग, सोशल वर्क, बॉयफ्रेंड्स, पार्ट्या, ड्रिंक्स, फॅशन्स आणि फॉर्म सांभाळणं– सबकुछ मनसोक्त पार पडत होतं.

स्वार्थासारखा गुरू नाही, म्हणूनच बाबुकाकांचा हुकूम मोडणं ममीला परवडणारं नव्हतं. त्याच जोरावर बाबुकाका ममीला आज गंमतजंमत लावायला सांगणार होता. फारफार तर काय होईल, पपाचा आवाज कानांवर पडायला नको म्हणून

ममी बाहेर निघून जाईल. ते बरंच होईल. राणीला आणि बाबुकाकांना मोकळं वाटेल.

राणीच्या ब्लॉकचं दार उघडलं गेलं. राणीला दम निघायचा नाही हे बाबुकाकांना माहीतच होतं. दाराची कडी वाजली. बाबुकाकांनी दार उघडलं.
'बाबुकाका चला ना.'
'अग राजा, अजून बरोबर दहा मिनिटं आहेत.'
'तरी चला.'

'आज खूप दिवसांनी फिर्याद आली?'– ममीनं स्वागत केलं.
'कसं काय चाललंय?'
'मस्त. आपलं कधी वाईट होतं?' एवढं बोलत ती आत आली.
सकाळच्या वेळी काम करत असतानाही तिच्या अंगावर सत्तर-ऐंशी रुपयांची साडी होती. अंगावर कसलंतरी भारी सेंट शिंपडलेलं होतं.
समोरची भिंत ओकीबोकी होती. पूर्वी तिथं पपांचा आणि ममीचा एकत्र काढलेला फोटो होता.
सगळं विसरायचं म्हणताना सगळं आठवतं. बाबुकाकांचं तसंच झालं.
तो फोटो बाबुकाकांच्या साक्षीनं काढलेला होता. स्टुडिओवाल्यानं तारीख दिलेली असतानाही फोटो पाहण्यासाठी दोघं आठ दिवस फेऱ्या मारीत होती.
'ते प्रेम खरं की आता हे वैर खरं?'... बाबुकाकांना कळेना.
बाबुकाकांनी पपाला वेळेवर सावध केलं होतं.
साडेनऊ ते पावणेदहाच्या दरम्यान बसस्टॉपवर उभ्या राहणाऱ्या त्या मुलीला पाहून मॅड होणाऱ्यांमधे पपाचा क्रमांक कितवा होता हे ब्रह्मदेवही सांगू शकला नसता. तिचं दर्शन व्हावं म्हणून कामं टाकून तिथं रेंगाळताना अनेक दिसत असत.
स्वतःच्या सौंदर्याची तिला जाणीव होती.
व्यक्तिमत्त्वाचा गर्व होता. अंगावरच्या भारी कपड्यांचा अभिमान– नव्हे ताठा होता. बघणारे घायाळ होतात याचा तिला राक्षसी आनंद होता.
इतरांबद्दल तिला तुच्छता होती.
बरोबरीच्या मुलींबद्दल आकस होता. स्वतःला काहीही कमी नसताना तिला इतरांच्या स्वास्थ्याबद्दल राग होता.
ती बससाठी थांबायची खरी, पण रोज कोणत्या ना कोणत्या मोटारीतून किंवा टॅक्सीतून तिला लिफ्ट मिळायची.

रांगेतील एक व्यक्ती कमी झाल्यानं आता आपल्याला बसमध्ये जागा मिळेल असा व्यवहारी आनंदही तिनं कुणाला मिळून दिला नाही. कारण तिच्या जाण्यानं रांग 'सुनी-सुनी' व्हायची.

बाबुकाकांनी हे पपाला वेळोवेळी सांगितलं. बायकोची निवड डोळ्यांनी करायची नसते तर कानांनी, हेही सांगितलं होतं. पण पपाच्या डोळ्यांनी त्याची कानाची वाट पण बंद केलेली होती. लग्न करीन तर हिच्याशीच हा त्याचा निग्रह होता.
मोठ्या नाट्यपूर्ण पद्धतीनं बाबुकाकांनी आणि पपानं त्या मुलीचं घर, ऑफिस शोधून काढलं. अगदी चक्क पाठलाग वगैरे करून. पपासाठी तिच्या आईवडिलांना बाबुकाका भेटले. मुलीबद्दल खुद्द तिच्या पालकांचं मत काय आहे हे अजमावल्यावर बाबुकाकांनी तिच्याकडे मोर्चा वळवला. पपाच्या आणि तिच्या भेटी घडवून आणल्या. प्रत्यक्ष भेटीत निव्वळ संभाषण-चातुर्यावर आणि केवळ आवाजाच्या माधुर्यावर पपा तिला जिंकेल याबद्दल बाबुकाका निर्धास्त होते.

पपाच्या आवाजाबद्दल काय सांगावं–? बाईच्या आवाजाच्या बाबतीत 'लता' म्हटलं की नंतर काही बोलावंच लागत नाही. पुरुषाच्या बाबतीत 'पपा' हाच शेवटचा शब्द ठरला असता. हा माणूस जर गाणं शिकला असता तर भारताच्या गळ्यातला ताईत झाला असता.
पण 'भारताचं' तेवढं भाग्य नव्हतं.
पपाचं नव्हतंच नव्हतं.
पण पपा एकूण सुखी होता. आयुष्यावर खूष होता. आवाजाच्या बरोबर संभाषणचातुर्य हे त्याचं भांडवल होतं. बाबुकाका त्याला नेहमी म्हणत असत, भारत सरकारनं तुला कोणत्याही देशाशी वाटाघाटी करताना घेऊन जावं. जगातला कोणताही देश कोणत्याही करारावर कधीही सही करील.
पपानं त्या पोरीला जिंकलं. लग्न थाटात लागलं.
तिचा गोतावळा... गोतावळा म्हणू की दोस्तावळा– फारच अफाट होता. आणि तोही बड्या वर्तुळातला. त्यांच्यापैकी एकेकानं भेटीदाखल दिलेल्या वस्तूंच्या किंमती पाहूनच पपा भेदरून गेला होता.
स्थिरस्थावर झाल्यावर, त्यांनी स्टुडिओत जाऊन फोटो घेतला. त्याच रात्री बाबुकाकांना पपा म्हणाला,
'बाबुकाका, वैजयंतीला दोस्तराष्ट्रांकडून साड्या किती आल्या माहीत आहे का?'
'किती?'
'सगळ्या मिळून एकवीस.'

पपाचा स्वर दुखरा वाटला. त्याला बरं वाटावं म्हणून बाबुकाका म्हणाले,

'छानच झालं की! तिला साड्यांची आवड आहे. तुला आता दोन वर्षं घ्यायला नकोत.'

वैजयंती म्हणते, 'आणखी तीनच कमी आहेत, नाही तर बरोबर दोन डझन झाल्या असत्या.'

'प्रत्येक साडीत दिसते कशी पण?'

'बाबुकाका, ती साक्षात परी आहे परी.' पपा उल्हसित होत म्हणाला.

पपा या संसारात सुखी होणार नाही असं बाबुकाकांना वाटत होतं. पण तो अंदाज चुकला. वैजयंती पूर्वाश्रमीचं आयुष्य, मित्र, संकेत, स्वातंत्र्य सगळं विसरली. ती संसारात रमून गेली. पपाच्या भोवती भोवती चोवीस तास नाचत, बागडत राह्यली. बाबुकाकांना बरं वाटलं.

पपा म्हणायचा, 'बाबुकाका, I am perfectly happy.'

'Thank God?'

'गॉड कशाला? thank वैजयंती. ती संपूर्ण बदलली हो. ते पूर्वीचं काही खरं नव्हतंच. सुंदर होती. पुरुष मागं लागायचे. त्यात तिला गौरव वाटायचा. काय चूक आहे?'

बाबुकाकांना ते पटायचं.

पण शेवटी पपाच्या सांगण्याला काही अर्थ उरला नाही. पपानं घेतलेल्या तीन पातळांचा रंग विटून गेला आणि मित्रांनी घेतलेल्या एकवीस पातळांचा रंग जास्त खुलत चालला. संसारातली नवी नवलाई हा हा म्हणता ओसरली.

रोजची भांडणं होऊ लागली. भांडणाला विषय कोणताही चालायला किंवा नसला तरी चालायचा.

त्यात तिला दिवस गेले.

तिला मूल नको होतं. मूल म्हणजे बंधन, स्वातंत्र्याला बांध, वैयक्तिक सौख्याला मुरड, बाईच्या देहाचं वाटोळं.

मग त्यावरून बेबनाव व्हायला लागले.

गर्भातल्या चिमण्या जिवाचा, त्यात चैतन्य येण्यापूर्वीच राग राग होऊ लागला.

पपा सारखा घराबाहेर राहू लागला.

वैजयंती सारखी घरात. पपा बाहेर.

मित्रांची वर्दळ सुरू झाली. हास्यविनोदाला ऊत येऊ लागला.

वैजयंती पुन्हा फुलू लागली, बहरू लागली.

बाबुकाकांनी पपाला सावध केलं. पपानं बाबुकाकांची समजूत घातली. तिला दिवस गेले आहेत. तिनं हसत-खेळतच राह्यला हवं. जन्माला येणारा जीव, जन्मतःच कोमेजलेला निघायचा. तिला आत्ता कशाला आवरू? तिला काय हवंय ते मला कळलं आहे. तिला पैसा हवाय. मी तो मिळवीन. कुणाला आरोग्य, कुणाला कीर्ती, कुणाला दाराशी मोटार, कुणाला मलबार हिलवर बिल्डिंग तर कुणाला राजकारणात स्थान हवं असतं. मला वैजयंती हवी आहे. तिला पैसा हवाय. तेव्हा मी तो मिळवायला हवा.

पपा पैशामागं होता.

त्याला तो मिळतही होता.

कांतीलाल त्याच्या आयुष्यात आला आणि पाठोपाठ लक्ष्मी. छोट्या छोट्या फिल्म्स प्रोड्यूस करणं हा कांतीलालचा धंदा. पपाच्या आवाजावर कांतीलाल लट्टू झाला. पपा त्याचा उजवा हात झाला.

दिवसा रेडिओवर नोकरी, सकाळी-संध्याकाळी कांतीलालबरोबर. पंधरा मिनिटांच्या कॉमेंट्रीसाठी कांतीलाल पपावर पैशाचा वर्षाव करू लागला.

पपानं कांतीलालला जोपर्यंत घरी आणलं नव्हतं तोपर्यंत सगळं चांगलं चाललं होतं. कांतीलालची आणि वैजयंतीची ओळख झाली आणि पपाच्या हातून संसार निसटला.

बाबुकाकांनी पपाला सावध केलं, 'पपा, कांतीलालला सांभाळ.'

'त्याचा माझ्यावर लोभ आहे.'

'त्याचा लोभ धंद्यावर आणि नजर वैजयंतीवर आहे.'

'मला दिसतंय ते. फक्त उशीर झाला फार.'

'पपा असं होता कामा नये. राणीचा विचार...'

'तिच्यासाठीच जीव तुटतो. पोर करपून जाईल.'

'तसं काही व्हायचं नाही. आपण सगळी सुशिक्षित माणसं. गोष्टी या थराला जाऊ देणार नाही आपण.'

'बाबुकाका, तसा मी धीर सोडलेला नाही. वैजयंतीला पैसा हवाय. ऐषआराम हवाय. मी तिला सगळं देईन. तिनं थोडं थांबायला हवं.'

वैजयंतीला तेवढा धीर नव्हता हे एक; आणि दुसरं म्हणजे पावसाचं पाणी साठून झालेला तलाव आणि गाभ्यात पाण्याचा जिवंत झरा असलेला तलाव यांत फरक असतो. पपा आणि कांतीलाल यांच्यात तसाच फरक होता.

रेडिओत आठ ते दहा तास नोकरी करून उरलेल्या वेळेत पपा किती पैसा जोडणार?

मतभेद विकोपाला गेले.
रोज तंटा, रोज भांडणं.
राणी भेदरून बाबुकाकांकडे धाव घ्यायची. पपा अधूनमधून असह्य झालं की राणीच्या पाठोपाठ येऊन मुक्काम करायचा. राणी, पपा आणि बाबुकाका विरुद्ध वैजयंती– असा काहीतरी सामना सुरू झाला.
बाबुकाकांच्या बायकोच्या फोटोला नमस्कार करायची सवय पपानं तेव्हापासूनच राणीला लावली.
'बायको अशी हवी.' असं तो फोटोकडे पाहून म्हणायचा.
राणी रोज नमस्कार करायची. त्याला बाबुकाकांनी हरकत घेतली नाही. एकच वर्षं संसार करून यशोदा त्यांना सोडून गेली. तिच्या स्थानाला पाय लावण्याची, किंवा तिची जागा भरून काढण्याची पात्रता कोणत्याही बाईत नव्हती. म्हणून बाबुकाका तसेच व्रतस्थ राह्यले होते.
पपाचा आणि राणीचा बाबुकाकांच्या घरातला मुक्काम वाढायला लागला. वैजयंती ब्लॉकमध्ये एकटी राह्यची, पण तिनं कधी नमतं घेतलं नाही.
समजूतदारपणा हा शब्द तिच्या कोशात नव्हता आणि तिच्या कोशातले शब्द आणि संकेत कोणत्याही समजूतदार माणसाच्या कोशात नव्हते.
कांतीलाल राजरोसपणे मुक्कामाला येऊ लागला.
पपा आणि राणी बाबुकाकांकडे आणि कांतीलाल तिच्याकडे, हा तिढा विचित्र होता. अपमानास्पद होता. लांच्छनास्पद होता.
वैजयंतीला लाज नव्हती.
तिचं स्वत:वर प्रेम होतं. स्वत:ला सुखवील असं ती काहीही जवळ करायला तयार होती. कॉलनीत तोंड दाखवायला बळ उरलं नाही तेव्हा पपा घर सोडून निघून गेला.
वैजयंती सुटली.
कांतीलाल मोकळा झाला. स्वत:चा संसार सोडून वैजयंतीकडे आला.
राणी रड रड रडली. बाबुकाकांना येऊन बिलगली. 'पपा कुठाय, पपा कुठाय–'– म्हणून तिनं कांतीकाकाला आणि ममीला सतावून सोडलं. मला पपाकडं पोहोचव म्हणून हेका धरला. आणि मग ती पोर बाबुकाकांकडे आली.
'मला पपाकडे ने.'
'बेटा, मी तुला पपाकडे नेऊ शकणार नाही. तुझ्या ममीला ते आवडायचं नाही.'
'मला पपाची आठवण येते.'
राणीचं मन रमवण्याचा खटाटोप करायचा म्हणून बाबुकाकानं सहज रेडिओ लावला. पाहतो तो गंमतजंमत कार्यक्रम आणि पपाचा आवाज–

'मुलांनो, मी भल्याकाका बोलतोय. मी तुम्हांला रोज भेटणार.'
'राणी-राणी, बघ, तुझा पपा बोलतोय.'
रडणं विसरून ती धावली. पपा बोलत होता.
'आज कोण कोण आलंय?– अरे वा, आमची राणी पण आलीय का?'
पपाच्या या प्रश्नाला राणी इकडून म्हणाली,
'होऽऽऽ'

पपाचा आवाज हा राणीचा मोठा दिलासा ठरला. पहिल्या वेळेला कार्यक्रम संपल्यावरही तिनं कितीतरी वेळ ट्रॅन्झिस्टर हातात धरून ठेवला होता. त्याला मिठी मारली होती आणि मुकाही घेतला होता.
नंतर वेड्यावाकड्या अक्षरात पपाला तिनं पत्र लिहिलं,
'पपा, तुझा आवाज ऐकला. मी 'हो'म्हणाले ते तू ऐकलंस का? घरी लवकर ये. मला कांतीकाका आवडत नाहीत.'

बाबुकाकांनी ते पत्र पपाला शिपायाकरवी पाठवलं.
पपा धापा टाकीत सचिवालयात आला. पपा म्हणाला,
'राणीची माझ्याजवळ आबाळ होईल, तुम्ही तिला माझ्या जागी आहात. काही दिवस तरी मी तिला नेऊ शकत नाही.'
पुढच्या रविवारी पपानं राणीला उत्तर दिलं ते रेडिओवरून. तो म्हणाला,
'बरं का मुलांनो, आज आपल्याला एका नव्या छोट्या मैत्रिणीनं पत्र पाठवलं आहे. तिला अगोदर उत्तर देऊया. राणी, ऐकते आहेस ना?'
राणी इकडून भाबडेपणानं म्हणाली,
'हो, पपा.'

पत्रव्यवहार वाढत राह्यला. एका पत्रात राणीनं पपाला शाळेत भेटायला बोलावलं. त्या पत्रानंतर पपा पुन्हा एकदा सचिवालयात आला.
'त्या हरामखोरांनी इतरांना भेटायची बंदी केली आहे बाबुकाका.'
'कशावरून?'
'मी शाळेत गेलो होतो राणीच्या. वैजयंतीनं प्रिन्सिपॉलना अगोदरच सांगितलं होतं.'
'राणीची समजूत...'
'या रविवारी घालतो.'

राणीच्या पत्रांतून आता एकच प्रश्न वारंवार विचारला जाऊ लागला.

'पपा, तू घरी का येत नाहीस?'

बाबुकाकांच्या सांगण्यावरून पपा एकदा राणीला गुपचुप भेटून गेला, पण भाबडी पोर, ती भेट लपवून ठेवू शकली नाही. तिच्या मनाची तगमग पपाच्या भेटीनंतर जास्त होत असे.

मग पपानं येणं बंद केलं.

ममीच्या घरात गेल्यावर बाबुकाकांना हे सगळं आत्ता आठवून गेलं. तेवढ्यात राणीनं विचारलं,

'बाबुकाका किती वाजले?'

'हो, आता रेडिओ लावायला हवा.'

'मग चला आत.'

राणीनं बाबुकाकांना ओढतच बेडरूममध्ये नेलं. कांतीलालनं नमस्कार केला.

रेडिओग्रामचा सरकता दरवाजा लोटून त्यानं बटण फिरवलं.

राणी ममीकडं धावली.

'ममी, आजचाच दिवस माझ्याबरोबर कार्यक्रम ऐक ना. आजचाच दिवस.'

'सॉरी.'

'वैजयंती बस इथं. तिचं मन थोडक्यासाठी मोडू नकोस.'

कांतीलालचा चढलेला आवाज बाबुकाकांनी प्रथम ऐकला.

ममी थांबली.

पपाचं न ऐकणारी ममी कांतीलालचं गुपचुप ऐकते याचं बाबुकाकांना नवल वाटलं.

कार्यक्रम सुरू झाला.

'मुलांनो, मी तुमचा भल्याकाका. सगळी आली का? विजू, राजू, संजू, मंजू, अंजू, रंजू, सब हाजिर है?–'

मोठ्या आवाजात मुलांनी होकार दिला. त्या कोरसमध्ये राणीनं सूर मिसळला नाही.

सिनेमात टायटल्स दाखवताना, डायरेक्टरचं नाव कसं शेवटी आणि दणदणीत स्वरूपात येतं, जणू काही, 'आणि मी तुमचा बाप'– त्याप्रमाणे राणीला स्वतंत्र टायटल होती.

पपाचं ते वाक्य आलंच.

'आणि आमची राणी आली की नाही?'

'होऽऽऽ' राणीनं होकार दिला.

ममीनं कांतीलालकडे रागानं पाह्यलं. कांतीलाल म्हणाला,

'Let her have at least that much pleasure and privilege.'

ममीनं मानेला झटका दिला. पपा बोलायला लागला,

'बाबालोक, टाली बजाव, टाली बजाव.'

'काय आवाज आहे या प्राण्याचा? बस् बस्.' कांतीलालनं दाद दिली. ममीच्या कपाळाच्या आठ्यांकडे पाहात तो म्हणाला,

'जे आहे ते आहेच.'

पपा हुरूपानं म्हणाला,

'तेव्हा दोस्तांनो, मागं कबूल केल्याप्रमाणं आज ऐकायची राजाची गोष्ट. ऐकताय ना?'

'होऽऽऽ'

भारावलेल्या आवाजात पपांनी सुरुवात केली,

'एक होता... राजा. एक होती राणी. राणी फार फार म्हणजे फार सुरेख होती. इतकी, म्हणजे इतकी सुंदर...'

कुणीतरी मध्येच म्हणालं, 'शर्मिला टागोर...'

'मधे कोण बोललं?– बापटांचा मधू का?– छान! सिनेमे फार बघायचे नाहीत हं लहान मुलांनी. हां, तर काय सांगत होतो.'

'राणी सुंदर होती.' चारपाच मुलांनी एकदम आठवण करून दिली.

'हो. तिचं नाव... नाव... जाऊ दे. होतं असंच काहीतरी. तर, बरं का मुलांनो, राजाचं राणीवर फार फार प्रेम होतं. राणीचंसुद्धा राजावर प्रेम होतं. त्याचा एक मित्र होता. त्या मित्राला राजाचा आवाज फार आवडायचा. तो राजाकडं यायला लागला. मग त्या मित्राला राणीसुद्धा आवडायला लागली.'

राणी पपाची गोष्ट ऐकत होती.

बाबुकाका बेचैन झाले. कांतीलाल अस्वस्थ झाला. ममी तर रागानं थरथरायला लागली. तिनं पटकन रेडिओ बंद केला.

राणीचा चेहरा रडवेला झाला. ती रडणार तेवढ्यात कांतीलालनं पुन्हा बटन फिरवलं.

'राजाला मग काय करावं कळेना. त्याला राणी हवी होती. मित्र पण हवा होता. दोघांना दुखवायचं कसं? शेवटी राणी आणि आपला मित्र यांना कायमचं सुखी करायचं म्हणून राजा राज्य सोडून निघून गेला.'

'Stop it.' ममी ओरडली.

कांतीलालनं रेडिओ बंद केला. राणी रडायला लागली. बाबुकाका तिला घेणार तेवढ्यात ममी म्हणाली,
'तिला इथंच राहू दे.'

त्यानंतरच्या चार दिवसांत बाबुकाकांना राणीचं दर्शन झालं नाही. गुरुवारी पपा त्याला भेटायला सचिवालयात आला. त्यानं एक धक्का देणारी बातमी सांगितली.
'बाबुकाका, माझी नागपूरला बदली झाली.'
'काय सांगतोस? एकदम?'
'होय.'
'का पण?'
'लहान मुलांच्या कार्यक्रमात मुलांना न सांगण्यासारखी गोष्ट मी सांगितली अशी तक्रार...'
'कुणी केली?'
'राणीच्या आईनं. स्टेशन डायरेक्टरला पत्र आलं तिचं. आता राणी...'
राणीचा जप करीत तो धाय मोकलून रडला. पपाची समजूत घालणं बाबुकाकांना जड गेलं.

शनिवारी रात्री बेल वाजली. दार उघडलं तर कांतीलाल. कडेवर राणी. तिचं अंग तापलेलं.
कांतीलाल म्हणाला,
'बाबुकाका, तुमची माफी मागतो. वैजयंती मूर्ख आहे. स्वार्थी. तिचं मनावर घेऊ नका. पोरीला सांभाळा. सकाळी गंमतजंमत ऐकल्याशिवाय घरात पाठवू नका.'
न बोलता बाबुकाकांनी दार लावलं. बाबुकाकांच्या कुशीत राणी शांत झोपली. तिला थोपटताना हाताला काहीतरी लागलं. फ्रॉकमध्ये एक चुरगळेलला कागद सापडला. बाबुकाकांनी तो वाचला.
'पपा, ममीनं मधेच रेडिओ बंद केला. गोष्टीतला राजा परत कधी येतो?– रविवारी उत्तर सांग.'

बाबुकाका रात्रभर जागे राह्यले.
उद्या पपाचा आवाज नाही. ही पोरगी काय करील?

शहराझादनं कथा इथंच थांबवली. अधीरतेनं, भावनावश होऊन दुनियाझादनं विचारलं,

"ताई, खरंच तिचं काय झालं असेल?"
शहराझाद म्हणाली, "दुसरं काय होणार? ती रड-रड रडेल. मग विसरेल. मुलं कोवळी असतात. ओल्या मातीची असतात. हे असंच जगायचं असतं हे त्यांना काहीच न कळायच्या वयापासून कळलेलं असतं."
गोष्ट संपल्यावर शहराझादनं बादशहाकडे नजर टाकली. रोज एका बायकोचा शिरच्छेद करणारा बादशहा, राणीच्या दुःखानं अस्वस्थ झालेला पाहून तिला नवल वाटलं. तेवढ्यात दुनियाझाद म्हणाली, "ताई..."
तिला मधेच थांबवीत शहराझाद म्हणाली, "खाविंदांना त्या गोष्टी ऐकून तकलीफ होत आहे. तेव्हा बेटा दुनियाझाद, मी आता एकही कथा सांगणार नाही."
यावर बादशहा म्हणाला, "मला दुःख जरूर होत आहे, पण त्याचबरोबर वेळही चांगला जात आहे. तेव्हा राणीसाहेबांनी गोष्ट सांगायला आणि आपल्या बहिणीचा हट्ट पुरा करायला आमची मुळीच हरकत नाही. पण त्याच वेळी राणीसाहेबांनी हेही लक्षात ठेवावं की, केव्हा केव्हा मुलांच्यामुळेसुद्धा काहीकाही संसार उद्ध्वस्त होतात."
बादशहाचं आपल्या गोष्टीकडे बारकाईनं ध्यान होतं याचा शहराझादला मनस्वी आनंद झाला. ती म्हणाली, "होय खाविंद, असंही घडतं. पोटच्या मुलापायी आयुष्याची सोळा वर्षं वाया गेलेल्या संसाराची कथा मला माहीत आहे."
असं म्हणून शहराझादनं कथनास प्रारंभ केला.

गोष्ट पाचवी / अपंग मुलापायी दुःखी झालेल्या संसाराची गोष्ट

वेळ दुपारची.
वार रविवार.
क्लब. समोरचं टेबल. मेहता, शर्मा, डिसूझा आणि वेलणकर. नेहमीप्रमाणे डाव टाकलेला.
आज वेलणकरला लक् नाही.
सारखा मायनस होतोय.
मघाशी त्यानं चहा पण घेतला नाही.
शर्मा फॉर्मात.
इतका की गर्ल फ्रेंडचा फोनही त्यानं मघाशी घेतला नाही.

सगळ्यांचं ठीक चाललंय. ते दुःख विसरायला पाहतात आणि विसरू शकतातही.
What about me?
सोमणचं विचारचक्र इथं थांबलं.
What about me?- याचं उत्तर गेल्या कित्येक वर्षांत मिळालंच नव्हतं.
सगळ्यांना हा प्रश्न विचारून झाला.
Nobody replied.
दाराशी मोटार उभी राहते.
पाठोपाठ अती प्रचंड आवाजातलं हसणं.
डॉ. सत्यजित.
आता क्लब दणाणून जाईल.
अरे खरंच.
सत्यजितला आपण हा प्रश्न विचारलाच नाही.
आज विचारायचा.
त्याला आज खेळू द्यायचं नाही.
सत्यजित पहिल्याच टेबलावर झडप घालतो. त्या टेबलावरची माणसं खुर्च्या सरकवतात. न सांगता कँटीनवाला 'कोक' पाठवतो.
This is the time.
सत्यजितला आता खेचलं नाही तर खेळ खलास. आठ तास घोरपडीसारखा चिकटून राहील खुर्चीला.
खिसे संपूर्ण रिकामे तरी होतील.
नाही तर तट्ट फुगतील.
कोकची बाटली पोचायच्या आत सोमण उठतात. डॉक्टरांच्या खांद्याला पाठीमागूनच बोटानं स्पर्श करतात.
'Yes, Mr. Soman?'
'आज मी तुम्हाला खेळू देणार नाही.'
'का?'
'जरा बोलायचंय.'
'ऑल राइट.'
अकारण मोठ्यांदा हसत डॉ. सत्यजित टेबल सोडतात.
सोमण आणि डॉक्टर आता कोपऱ्यातल्या टेबलावर. तिथं मंद प्रकाश.
हवी तेवढी प्रायव्हसी.
'बोला सोमण.'
'एक प्रॉब्लेम आहे.'

'Family problem?'
'होय.'
'Your own case?'
'नाही. माझ्या मित्राची; पण त्यापायी माझी झोप आता उडाली आहे.'
'I envy your friend?' सत्यजित मोठ्यांदा हसतात.
सोमण गोंधळून विचारतात.
'का?'
'तुमच्यासारखा प्रेम करणारा मित्र त्यांना लाभला म्हणून.'
'डॉक्टर, प्रेम ही फार वाईट चीज आहे. फार थोड्या बाबतीत ती ताकद देते. दुबळं बनवणं हाच प्रेमाचा स्थायी भाव.'
'अरे, साला सोमण, You are totally changed today.'
'चुकलात सत्यजित.'
'कसा?'
'कोणताही बदल सेकंदात होत नाही. ज्वालामुखीचा जेव्हा स्फोट होतो, तो त्याच क्षणी जन्माला आलेला नसतो. खोलवर त्याची तयारी वर्षानुवर्षं चाललेली असते. तेव्हा सगळे झोपतात, जेवतात, हसतात, बागडतात, प्रत्येक माणूस असाच धुमसत असतो. केव्हातरी, नाजूक, निसटत्या, बेसावध क्षणी...'
'I follow you.'
'प्रेमही तसंच. ज्वालामुखीसारखं. धुमसत राहणारं. उफाळलं की सगळ्यांना जाळणारं. ज्या व्यक्तीवर आपण प्रेम करतो त्यालाही जाळणारं.'
'तू कुणाबद्दल बोलतोस हे?'
'माझ्या दोस्ताबद्दल. श्रीनिवासबद्दल. ज्वालामुखीसारखी त्याचीही राख होणार एखाद्या दिवशी.'
बोलता बोलता सोमणांचा तोल जायला लागला. सत्यजितनी ती अवस्था ओळखली. 'महत्त्वाचा फोन करून येतो.' असं म्हणत ते उठले. उगीचच फोनपाशी गेले, कोणता तरी नंबर त्यांनी फिरवला आणि ते पुन्हा सोमणांपाशी आले.
'लागला?'
'एंगेज्ड होता.'
हे अर्थातच सगळं खोटं होतं. मध्ये थोडा वेळ घालवणं आणि सोमणांना शांत व्हायला अवसर देणं एवढाच हेतू त्यामागं होता.
'मला आता सविस्तरपणे सांगायचं.'
'माझा एक जिवश्चकंठश्च मित्र आहे.'
'श्रीनिवास.'

'करेक्ट. त्याचा एक मुलगा आहे. सोळा वर्षांचा असेल तो आता.' सोमण एवढं बोलून थांबले.
'बरं मग?'
'तोच प्रॉब्लेम आहे.'
'का?'
'He is invalid.'
'I am sorry.'
'डॉक्टरांचीच चूक. पेनिसिलीन ॲलर्जी. पोरगा आयुष्यातून उठला.'
'Very tragic, I can imagine.'
'नाही, नाही सत्यजित, कुणीही कल्पना करू शकणार नाही. मी पंधरा वर्षं त्या सगळ्यांचे हाल पाहतोय. त्या सगळ्या फॅमिलीला काही लाइफच नाही. तो वेडावाकडा मांसाचा गोळा वाढवायचा. त्याला भरवायचं, त्याचे अंथरुणातले विधी साफ करायचे, छे छे! डॉक्टर, it's a hell! कुठल्या पापाची फळं...'
'सोमण पाप वगैरे म्हणू नका. all superstitions.'
'डॉक्टर, अहो तुमची औषधं थकली की देवच आठवतो! दुसरं काय आठवायचं?'
'त्यात काही अर्थ नाही.'
डॉक्टर असं म्हणाले, पण ते म्हणणं पोकळ होतं, निराधार होतं हेही ते जाणून होते.
सोमणांकडं त्यांनी पाह्यलं. सोमण फार थकल्यासारखे दिसत होते.
'सोमण, तू जरा रिलॅक्स हो. ताण काढून टाक मनावरचा.'
खांदे उडवीत सोमण म्हणाले,
'माझा तसा काहीच संबंध नाही. माझ्या मित्राच्या मनावरचा ताण कसा सैल होईल ते सांगा. आज रविवार. या महिन्यातला हा शेवटचा रविवार. त्याला आज फिरायला न्यायचा वार.'
'म्हणजे?'
'महिन्यातल्या शेवटच्या रविवारी श्रीनिवास आपल्या मुलाला फिरायला नेतो. आपला फिरायला जाण्याचा वार त्या मुलाला नेमका समजतो. सकाळपासून मग तो मोठ्यांदा गळा काढून रडायला लागतो.'
'का?'
'आनंद व्यक्त करायचा म्हणून.'
सोमण शहारतात.
'रडतो?'
'आपल्याला ते रडणं वाटतं. त्याला तेवढा एकच आवाज काढता येतो. आनंद

असो, दुःख असो, भूक लागलेली असो किंवा आणखीन काही. सकाळपासून रविवार हा असा आक्रोशानं भरलेला असतो. त्या रविवारी पाहुणे टाळायचे. दुपारची झोप टाळायची. नाटक-सिनेमाची लहर तर पंधरा वर्षं मारलेलीच आहे. दुपारी दोन वाजल्यापासून मग धावाधाव सुरू. त्याला कपडे चढवणं, त्यासाठी चाळीच्या गुरख्याला मदतीला घ्यावं लागतं.'

'का?'

'एकट्या श्रीनिवासला तो आवरत नाही. उचलवत पण नाही. सकाळपासून गुरख्याची मनधरणी करावी लागते. तीन जिने उतरून आणावं लागतं त्याला. जवळ जवळ उचलून. थेट रस्त्यापर्यंत आणावं लागतं. आणि मग ती जीवघेणी यात्रा सुरू होते. जेमतेम स्टेशनपर्यंतचा रस्ता! अर्ध्या फर्लांगाचा असेल नसेल. दोन तास लागतात. श्रीनिवास, त्याची बायको, तो गुरखा आणि असंख्य असंख्या लोकांच्या नजरा. त्यात कीव, अनुकंपा, कुतूहल, किळस... सगळं सगळं... डॉक्टर, It's horrible.'

'शांत व्हा सोमण.'

'डॉक्टर, मी शांत होणं अशक्य आहे. ते दृश्य हलत नाही डोळ्यांसमोरून. त्याहीपेक्षा डॉक्टर, कुमारची ती नजर... छे! can't describe.'

'का? Anything wrong with it?'

'म्हटल्यास तसं– म्हटल्यास काहीच नाही. डॉक्टर, कुमारला आता सगळी जाणीव आली आहे.'

'सगळी म्हणजे?'

'Including sex.'

'Is it?'

'नजरच सांगते. पोस्टर्स पाहतो. रस्त्यातल्या टंच पोरींवरची नजर शेवटपर्यंत काढीत नाही. त्याच्या वेड्यावाकड्या अवयवांतली सगळी ताकद त्याच्या डोळ्यांत उतरते. डॉक्टर, His eyes are horrible. त्याचं व्यंग हे खरं दुःखं नाही डॉक्टर. त्याची नजर हे खरं दुःखं आहे.'

'का?'

'त्याला आता फार कळतं. त्याला बाई समजते. पूर्वी त्याला केवळ भूक लागल्याचं समजायचं. आता इतर भुका समजायला लागल्या आहेत. आणि त्या सगळ्या भुका फार जाज्वल्य आहेत. ज्वालामुखीसारख्या जळणाऱ्या, जाळणाऱ्या. धडधाकट माणसाच्या कितीतरी पट अफाट! तो सगळा अफाटपणा केवळ नजरेत उतरतो. अव्यंग माणसं जास्त चांगलं जगतात हे त्याला आता समजतं. आता तो आई-बापांचा मत्सर करतो. सांगा, श्रीनिवासनं काय करावं?'

सत्यजित गप्प होते. सोमण आता शांत झाले जरासे. पुष्कळशी मळमळ ओकता आली होती.
सत्यजितनी जरा वेळानं विचारलं.
‘श्रीनिवासला तेवढा एकच मुलगा का?’
सोमणांचा चेहरा या प्रश्नानं पुन्हा गलबलला. त्यांनी हातांच्या मुठी गच्च आवळल्या. पुन्हा सैल सोडल्या. जखमी पक्ष्याप्रमाणे ते विव्हल झाले. आवाज उतरवीत ते म्हणाले,
‘आणखीन मूल होणार कसं?’
‘का?’
‘पहिल्या मुलाच्या या धक्क्यानं बायकोनं त्याला स्पर्श करू दिलेला नाही. या यातना सांगता येतील का सांगा कुणाला?’
सत्यजित चुपचाप झाले. त्यांनी उत्तर न देता सिगारेट शिलगावली. सोमणांच्या चेहऱ्याकडं बघण्याचं त्यांना धाडस करवेना.
‘डॉक्टर, उपाय सांगा.’
‘कठीण आहे.’
‘हा पोरगा कधी काळी सुधारेल का?’
‘Not at all!’
‘मग त्याला का जगवायचा?’
‘What you mean?’
‘त्या पोरावर मॅडसारखा, श्रीनिवास महिना शंभर-सव्वाशे खर्च करतो. अँटिबायोटिक्स उष्ण पडतात. मग दूधतुपाचा खर्च. बोलू नये, पण त्याचा आहार पहिलवानाला लाजवेल असा आहे. त्यात संशयी नजर. भरवणाऱ्या आईवर पण विश्वास नाही. त्याला का जगवण्याचा अट्टाहास?’
‘मग काय करावं?’
‘Mercy killing...’
‘ते तेवढं सोपं नाही.’
‘त्यात काय कठीण?’
‘सोमण, तुम्ही कितीही मित्रप्रेमानं उतावीळ झालेले असलात तरी सांगतो, परदुःख शीतल.’
‘कसं?’
‘विचारू नये, पण विचारतो. खुद्द तुमच्या पोटी असा invalid पोरगा जन्माला आला असता तर mercy killingच्या गोष्टी तुम्ही केल्या असत्या का?’
सत्यजितनी प्रश्न टाकला.

सोमण नुसते पाहतात.

ज्वालामुखीच्या नजरेनं.

डॉ. सत्यजित चपापतात. सोमणांना त्याच टेबलावर सोडून ते जातात. आणखी एका कोकची ऑर्डर देऊन ते नवं टेबल अडवतात.

सोमण जायला उठतात.

सत्यजितना तेवढ्यात काय वाटतं कुणास ठाऊक. ते पुन्हा उठतात.

निघालेल्या सोमणांना ते अडवतात.

'दोन डाव टाकून जा.'

'Now it is high time.'

'दोनच डाव. तुम्हाला जरा हलकं वाटेल.'

'Impossible, impossible.'

'माझं ऐका.'

'I am sorry.'

टॅक्सीऽऽऽ–

टॅक्सी थांबते. सोमण मागच्या सीटवर कोसळतात.

टॅक्सी भरधाव.

विचारचक्र त्याहीपेक्षा भरधाव.

परदु:ख शीतल... mercy killing... परदु:ख... mercy... शीतल... killing... आपली आई म्हणायची– विचार चांगले करावेत. वास्तू तथास्तु म्हणत असते... mercy killing...

'वैजू, हे बरोबर नाही. तुला आज हे खाल्लंच पाहिजे.'

'मला खरंच इच्छा नाही रे.'

'मग आता हे मागवलं त्याचं काय?'

'तू संपव.'

'तू नुसती पाहात राहणार?'

'हो.'

'नाही, ते चालायचं नाही.'

'माझ्या हातात तेवढंच आहे. नुसतं पाहात राहायचं.'

सुनीलला तो फटका समजतो.

आता यापुढं गाडी त्याच विषयाकडं वळणार. आपण तेच तेच सांगत राहणार. वैजू चिडणार.

सगळं नक्की ठरल्याशिवाय पुन्हा मला अपॉइंटमेंट देऊ नकोस म्हणून ती बजावणार.

ही नुसती धमकी आहे.

आत्तापर्यंत एकतीस वेळा दिलेली.

मागच्या वेळी मात्र ती जाम वैतागलेली होती.

निरोप घेताना निक्षून म्हणाली होती,

'I mean what I say.'

आपण नुसते उभे होतो.

गप्प.

जसे आत्ता आहोत तसे.

'पुन्हा तुला मी आता अशी भेटणार नाही.'

मागच्या भेटीतलं हे तिचं शेवटचं वाक्य. तरी आज आली.

What next?

What next?... या प्रश्नाचं उत्तर गेल्या पंधरा वर्षांत आपल्या घरात कुणालाच मिळालं नाही.

सुनीलच्या डोळ्यांसमोर या क्षणी भूतकाळ उभा.

प्रत्येक वेळी कुमारला नव्या डॉक्टरकडे न्यावं. त्याचेही उपाय थकले की प्रश्न उभा,

'What next?'

या प्रश्नानं अख्खं घर खाल्लं.

आई-बाबांनी आपल्याकडं कधी पाह्यलं नाही.

शाळेत बक्षिसं मिळवली.

पोहण्यात, मंदगतीनं सायकल चालवण्यात, नाटकात आणि संस्कृतमध्येसुद्धा.

त्या मानचिन्हांचं घरी कौतुक झालं नाही. सहानुभूतीचा सगळा ओघ कुमारनं अडवला.

कौतुकाचा वर्षाव वरच्यावरच कुणीतरी थोपवला.

कपड्यालत्त्याची हौस मारली.

ट्रिप्स, संमेलनं, नाटक-सिनेमे... सगळं सगळं चोरून-मारून.

कुमारला काय वाटेल!- या एका प्रश्नात आपल्याला वाटण्या न वाटण्यासारखं काही नव्हतंच.

इथवर ठीक झालं.

पण आता मन मारणं अगदी अशक्य आहे. कुमार नक्की बरा होणार- ही खोटी आशा आता बाळगवत नाही.

'वैजू, काहीतरी बोल ना.'

'काय बोलू?'

'काहीही बोल.'

'म्हणजे जे खरं बोलायचं ते बोलता येत नाही म्हणून अवांतर बोलायचं असंच ना? सुनील, Are you not tired of this?'

'वैजू, I am tired of everything! कुणाला सांगू हे?'

'तू ट्रान्सफर का नाही घेत मिळते तर?'

'कुमारचा भार आईवडिलांवर टाकून?'

'मग काय करणार?'

'पळू शकतो म्हणून पळायचं असंच ना?'

'नाइलाज म्हणून.'

'वैजू, तेवढं सोपं नाही ते. निपुत्रिक आणि माझे आई-वडील यांच्यात फरकच राहायचा नाही. आणि त्यांना असं दुःखात ठेवून, त्या दुःखावर आपलाही संसार उभा राहायचा नाही.'

'मग इथंच राहू, पण लग्न केल्याशिवाय आता राहायचं नाही.'

'चार खोल्यांचा ब्लॉक घेतला की लगेच लग्न.'

'आहे ही जागा काय वाईट आहे?'

'अपुरी आहे.'

'का?'

'आपलीच बेडरूम कोणती करायची सांग. एक खोली कायम कुमारनं अडवली आहे. त्याच्यासमोर आपण दोघांनी साध्या गप्पाही मारता कामा नयेत.'

'का?'

'त्याला आता सगळं समजतं.'

'हो बाई. नजरच अशी विलक्षण...'

वैजूनं केवळ आठवणीनंच शहारल्यासारखं केलं. समोर आत्ता कुमार नव्हता. पण त्याची ती अधाशी, कायम उपाशी असलेली नजर त्या क्षणीदेखील आपल्या अंगावरून फिरत आहे, आपल्या शरीराचा प्रत्येक अवयव ती नजर चाचपत आहे असं वैजूला वाटून गेलं. क्षणभर तिला असंही वाटलं की आपला देह कोरा नाही. सुनीलच्या आधी कुमारनं केवळ नजरेनं हा देह पिऊन टाकलाय.

'अशी काय वेड्यासारखी पाहतेस?'

सुनीलच्या प्रश्नानं ती खूप दचकली.

'तुझं घर मला बंद झालं आणि हॉटेलात आलेलं बरं नाही वाटत.'

वैजू मध्येच असं काही का बोलत आहे हे सुनीलला कळेना. त्याच अस्वस्थतेनं

तिनं विचारलं,
‘आपलं लग्न होणारच नाही का रे?’
‘होणार.’
‘पण कधी?’
‘लवकरात लवकर. कुमार काय, आज आहे...’
सुनील इथंच थांबला.
कुमार काय आज आहे, उद्या नाही.
आपण वाक्य पुरं केलं नाही. पण तरी ते पुरं झालं.
वैजूला काय वाटलं असेल?
तिनं आपली काय किंमत केली असेल?
पण तेवढ्यात वैजू म्हणाली,
‘उद्या काय होणार आहे...? बोलू नये पण विचारते, आज जे घडतं आहे तेच उद्या घडणार असेल तर? उद्या फक्त तारीख बदलेल. तारीख आणि असे अनेक उद्या जाऊ शकतील.’
‘वैजू...’
‘सुनील रागावू नकोस. जरा प्रामाणिक होऊया. माझं मन जाणण्यात मतलब नाही. मी स्पष्ट काय ते बोलतेच आहे. तुझ्याच मनाचा तळ शोध. खोलवर कुठंतरी तुला ही भीती छळत नाही का सांग?’
‘वैजू.’
‘तुझा तो सख्खा भाऊ वगैरे सगळं मान्य. पण यातून दुसरा पर्याय काय? तुझे वडील काय म्हणतात?’
‘ते काय म्हणणार? त्यांची निराळीच दुःखं असणार. असणार नव्हेत, आहेतच. क्लब, पत्ते वगैरे मार्गाला न जाणारे आमचे बाबा, पण जायला लागले. Even then he can't be happy. आजचंच बघ, कुमारला आता फिरायला न्यायचंय. अर्ध्यावर डाव टाकून ते निघाले असतील. खरं म्हणजे...’
‘आलं लक्षात. तुझीही निघण्याची वेळ झाली आहे. जाऊया. This is life.’
‘कधी भेटणार?’
‘Can't say.’

आणि महाराजा, जेहत्ते कालाचे ठायी, माणसाच्या मनाची ताकद काय सांगावी? तुकोबा म्हणतात, दहा हजार हत्ती एका बाजूला आणि एका बाजूला इच्छाशक्ती... कोण जिंकणार महाराजा... अर्थातच– इच्छाशक्ती जिंकणार. बोला– तुकाराम महाराज की जय. एकदा एक नवल वर्तले. अबबब! केवढा तो अफाट दुर्ग

महाराजा! चिरेबंदी बुरूज काय, अफाट जंगल केवढं... काटेरी वाट, ताठ कडे! पण महाराजा, वेढा पडला न् काय! किल्ल्यात जेमतेम हजार-बाराशे सैन्य... सापडलं वेढ्यात... तरी पठ्ठ्यांनी दोन महिने किल्ला झुंजवला... पण महाराजा, हे पोट फार वाईट. धान्य संपलं. संचित द्रव्य किती पुरणार...? रसद तुटली. आणि मग... बेत ठरला. गनिमांशी वाटाघाटी करायच्या... गनीम ताठ. खलित्याला जवाब विचित्र आला. म्हणतात... गडाचा वेढा कधी उठवणार ते सांगता येत नाही. पण अंदाज हवा असेल तर सांगतो. किल्ल्याच्या उत्तर दिशेस, ओढ्याकाठी असलेला महाप्रचंड वृक्ष जेव्हा सुकून जाईल, त्या दिवशी वेढा उठेल... आणि मग जेहत्ते कालाचे ठायी... गडावर विवंचना सुरू झाली आहे. तो महाप्रचंड पुरातन वृक्ष, गगनाला भिडेल असा विराट! ज्याच्या छायेत दोनशे गायी सहज बसतील... असा वृक्ष! आणि महाराजा, तो कसा सुकणार? हजार-बाराशे माणसांच्या मनात एक विचार, वृक्ष सुकेल कसा...? आणि महाराज, नवल काय वर्णावे? एवढा तो अफाट वृक्ष, पण दोन दिवसांत पानं गळायला लागली... मनाची शक्ती... महाराजा...

कुमारच्या आरोळीनं आई भानावर आल्या. त्यांनी डोक्यातली कथा काढून टाकण्याचा प्रयत्न केला.

परवापासून काय वाटेल ते विचार मनात येऊन जात होते.

हा पोरगा बरा होणारच नाही का?

मग परमेश्वर त्याचा आणि माझा असा अंत का पाहतोय?

हाताला यश येणारच नसेल तर... तर...

आई पुन्हा दचकल्या.

तर काय?

कुमार मरू दे. शी:! कसलं हे आपलं मन! स्वतःच्या मनाला काय करावं हे त्यांना कळेना. वारंवार असे विचार मनात येत होते, एवढं खरं.

शेजारच्या आत्याबाईंशी बोलताना त्या म्हणायच्या,

'मला आता होत नाही. एकटीला काही पेलत नाही. कुमारसाठी इतके उपासतापास केले, की त्यानेच देहात ताकद राहिली नाही.'

'असं म्हणू नका हो. तुमच्याच सासूबाई म्हणायच्या ना, मनात चांगले विचार आणावेत, वास्तू 'तथास्तु' म्हणत असते.'

'ते सगळं खरं आहे. पण शेवटी यातना त्या यातना. त्याचं स्वरूप कधी बदलणार आहे का? त्या पोराच्या यातना आम्ही नुसत्या पाहायच्या. त्यासाठीच वाटतं की, परमेश्वरानं त्याला आता सोडवावं.'

'त्याला सोडवावं असं–' असं म्हणताना त्यात आपलीही सुटका आहे हाही विचार असायचाच. फक्त त्याची जाणीव झाली की आईंना अपराध केल्याची भावना व्हायची.
मध्येच एक गोंडस स्वप्न उभं राहायचं.
कुमार गेलेला आहे. सोळा वर्षं कोंदटलेली ती त्याची खोली आता स्वच्छ उजेडानं भरलेली आहे.
भिंतीला गुलाबी रंग दिला आहे. खिडक्यांना पडदे, मंद प्रकाश आणि मध्यभागी डबल बेड.
सुनील आणि वैजूची बेडरूम.
धाकट्या भावापायी सारखं मन मारत मोठा झालेला आपला दुसरा मुलगा.
त्याला आपण खूप सुख द्यायचं आता.
राजाराणींना मजा करून द्यायची.
कुमारच्या धसक्यापायी ज्या सौख्याची आपण दहशत घेतली, नवऱ्याला आयुष्यभर तिष्ठत ठेवलं, ते सुख आता सुनीलला आकंठ घ्यायला लावायचं.
सुख.
स्पर्शसुख. काटा– रोमांच– ती कुजबुज...
छे, हे कधीच संपलं.
केव्हातरी... अनेक वर्षांपूर्वीची ती रात्र.
सुनीलच्या वडिलांचा हात सरकत सरकत जवळ आला.
उघड्या पाठीला ती अधीर बोटं...
आणि तेवढ्यात कुमारची ती वेडीवाकडी आरोळी, विव्हळणं,
उशागतीचा दिवा लावला, तर लाळेनं कुमारचा चेहरा लडबडलेला.
किळसच आली.
स्पर्शाची.
आजतागायत.
आता कुमार गेला की सुनील आणि वैजू...
कुमार गेला की...
मनाला झालंय तरी काय?
आणि जेहत्ते कालाचे ठायी... हजार-बाराशे माणसांची इच्छाशक्ती महाराजा, एक झाली आणि तो महाकाय वृक्ष... आठ... दिवसांत...

लोकांच्या त्याच त्याच नजरा पुन्हा वळत होत्या.
परिचितांच्या चेहऱ्यांवर काहीशी बेपर्वाई.

नव्या लोकांच्या डोळ्यांत कुतूहल, अनुकंपा...
मध्ये कुमार, एका बाजूला आई, पलीकडे सोमण.
थोडं अंतर टाकून सुनील.
कासवाच्या गतीनं सायंफेरी सुरू.
कुमारच्या चेहऱ्यावर तकतकीत कोरेपणा.
शहाण्यांनी हेवा करावा, साधकांना साध्य न व्हावा असा स्थितप्रज्ञ भाव.
चालण्याची, पाहण्याची, जगण्याची ती धडपड आता सोमणांना बघवेना.
बुद्धी शाबूत असलेल्या माणसांना विश्वाचा अर्थ कळत नाही. कुमारच्या बुद्धीला हे कोडं कसं कळावं?
तीच अगतिक धडपड त्याच्या नजरेत दिसते.
सोमणांचं हृदय कुमारबद्दल अतीव अनुकंपेनं भरून वाहू लागलं.
मघाशी डॉ. सत्यजितजवळ आपण गाढवासारखं भकत होतो.
म्हणे mercy killing.
दुबळ्या, invalid पोराबरोबर कुणीही असलाच विचार करावा. धडधाकट माणसाबद्दल असले विचार करण्याची आपली टाप आहे काय?
सत्यजितनी विचारलं ते खरं होतं.
mercy killingचा विचार स्वत:च्या पोराबाबत करशील काय?
सत्यजित, सगळं खरं नाही बोलता येत. स्वत:च्या आयुष्याला परक्याच्या गळ्यात बांधलं म्हणजे अलिप्तपणे बोलता येतं. कोणताही अमानुष विचार थंडपणे सुचवता येतो.
no, it can't be in case of Kumar. कुमारला वाचवलं पाहिजे.
I should protect him.
सोमणांनी कुमारचा हात आणखीन घट्ट धरला.

सुनील अजून पुढेच चालला होता.
डोक्यात विचार वैजूचे–
बोलता बोलता ती मध्येच म्हणाली,
'तुझं घर मला बंद झालं.'
तिच्या या वाक्याचा अर्थ काय–... तिला घर कुणी बंद केलं? ती हल्ली घरी येण्याचं टाळते खरं.
का?
काय कारण असेल? कुमारला हल्ली सगळं कळतं, असं आपणच मघाशी म्हणालो. कुमारमुळेच ती कदाचित येत नसेल का?

कुमार... कुमार.

हा कायम जगणार आहे.

खरं तर आपल्या घरात तो एकटाच जगतोय. बाकी तिघांची नुसती फरपट चालली आहे.

सुनीलचं विचारचक्र इथंच थांबलं.

मागं कसला तरी आवाज झाला. पाठोपाठ लोकांचा गलका. एक किंकाळी...

सगळा प्रकार मुळातच लक्षात यायला वेळ लागला.

पण लक्षात आल्याबरोबर सुनीलला त्यातली भयाणता जाणवली.

तो धावला.

आई मटकन् खाली बसली होती.

कुमार वेडावाकडा पडला होता. हा हा म्हणता लोकांचं कोंडाळं झालं.

'अरे कुणीतरी नंबर घ्या मोटारीचा.'

'पोलीस, पोलीस...'

'अरे, मोटारीचा संबंध नाही. धक्का अगदी नॉमिनल होता. मी पाह्यलं. एवढ्याशा धक्क्यानं काही होत नाही.'

'पाणी आणा– पाणी...'

'बर्फ आणा.'

'कांदा...'

नुसताच कोलाहल झाला.

'अरे बाजूला व्हा. जरा मोकळी हवा येऊ दे. everything will be alright.'

कुमार शांत पडला होता.

कोलाहलाच्या पलीकडे गेला होता.

हे लक्षात यायला वेळ लागला नाही.

आणि मग क्षणातच जगबूड झाली.

तिघांचेही चेहरे एखाद्या खुन्यासारखे झाले. एकमेकांकडे पाहण्याचं धारिष्ट्य कुणालाच होत नव्हतं.

कथा संपवून शहराझाद म्हणाली, ''माणसाचं मन ही एक फार मोठी शक्ती आहे. ती कोणत्या स्वरूपात कुठं कशी प्रकट होईल, हे सांगता यायचं नाही. प्रकट झाल्यावर ती विधायक होईल की विध्वंसक होईल, हेही सांगणं कठीण आहे. मला तर मन म्हणजे बाटलीत कोंडलेला राक्षसच वाटतो. अफाट शक्ती आणि बुद्धीवर ताबा नाही.''

शहराझादच्या या बोलण्यावर दुनियाझादनं भीत-भीत बादशहाकडे पाह्यलं. गोष्ट ऐकता ऐकता त्याचा डोळा लागला असावा. तिनं विचारलं, "असा हा राक्षस माणसाच्या मनात जातो कसा?"
शहराझाद हसून म्हणाली, "तो तिथंच जन्म घेतो. इतकंच नव्हे तर माणूसच त्याला जन्माला घालतो."
"असं कसं होईल?"
त्याबरोबर शहराझाद म्हणाली, "सुळ्यांच्या संसाराचं काय झालं सांगू का?–ऐक."

गोष्ट सहावी / एका संभवित राक्षसाची गोष्ट

पुरुषांनीदेखील भुलावं असं त्याचं व्यक्तिमत्त्व.
उंची सहा फूट-दोन इंच.
भव्य कपाळ. केसांची झुलपं. डोळे घारे.
वर्ण तांबूसपणाकडे झुकणारा गोरा.
घोटून दाढी करून गुळगुळीत ठेवलेला चेहरा. कातडीत निबरपणा नव्हता. दाढी करून करून चेहरा जराही हिरवट झालेला नव्हता.
जणू मिशी-दाढी फुटलेलीच नाही.
शरीर पिळदार.
बोलताना निष्काळजी आणि बेफिकीर, कलंदर वाटावा असा ढंग. उभ्या आयुष्यात चिंतेचं गाठोडं पाठीवर बाळगण्याची पाळी कधी या माणसावर आली असेल असं वाटत नव्हतं.
अंगावर कपडे त्या मानानं फिकट रंगाचे. वास्तविक त्या गोऱ्या कातडीला काहीही शोभावं.
कोणताही कपडा, कितीही गडद.
पण त्याचे कपडे सौम्य होते. अत्यंत भारी होते मात्र. त्याचीही त्याला खास पर्वा वाटत नव्हती. अशा कलंदर, देखण्या पुरुषावर केवळ बायकाच नव्हेत तर बायकांप्रमाणे, बायकांच्याइतकेच पुरुषसुद्धा भाळतात.
कारण, काही काळ का होईना, आपल्याला असं जगायला मिळावं अशी पुरुषांनाही इच्छा असते. कोणतंही कथानक नसलेले, किंवा तेच तेच कथानक असेलले, कोणतेही हिंदी चित्रपट सर्रास चालतात याचं कारण तेच असावं.

कुबेराच्या पँटीमधून पडावी एवढी श्रीमंती, ते टोलेजंग दिवाणखाने, नजर फिरून जाईल अशा भपकेबाज मोटारी, कोणत्याही सुंदर मुलीची ओळख पटकन् होणं, प्रेम, काश्मीर, मोठ्या झाडांभवती पळणं, बर्फावरून घसरणं, सुंदर आवाजात गाणं या सर्व गोष्टी पोरींना भुलवणाऱ्या, पण त्याच्या कितीतरी पट अधिक भूक पुरुषांना असते असल्या गोष्टींची.

स्वप्नात दिसणारे प्रसंग आणि पडद्यावरचे प्रसंग यांत तफावतच नसते, हे मर्म चित्रपटवाल्यांनी नेमकं हेरलं आहे.

अशाच कोणत्या तरी चित्रपटाचा नायक शोभवा असा तो.

अशा माणसाची ओळख होताच सुळ्यांना स्वतःची, विशेषतः अंगावरच्या बुशशर्टची लाज वाटली. मानेजवळची कॉलर पिवळी पडलेली सकाळीच ध्यानात आलं होतं. तरी दडपून आजचा दिवस याच शर्टवर ढकलण्याचं त्यांनी ठरवलं होतं. हा फार चुकीचा निर्णय होता, असं त्यांना आता वाटायला लागलं. गरज नसताना, केवळ ती पिवळी कॉलर लपावी म्हणून त्यांनी गळ्याजवळचं बटण लावायचं ठरवलं. त्यांचा हात सहज तिकडं गेला, तर लक्षात आलं की सर्वात वरचं बटण जाग्यावरच नव्हतं.

कसं असणार?

बुशशर्टचं सर्वात खालचं बटण तुटल्यावर वरचं बटण काढून तारानं ते खाली लावलं होतं. तसं करताना ती म्हणाली होती,

'नाही तरी तुम्ही वरचं बटण कधीच लावत नाही.'

'इमर्जन्सी म्हणून हवं.' आपण म्हणालो होतो.

ही इमर्जन्सी आत्ता निर्माण झाली होती.

तारा मात्र बटण शिवताना म्हणाली होती,

'सर्वांत वरच्या बटणाचा उपयोग असाच करायचा असतो.'

पण आत्ता? आता काय करायचं?

समोर बसलेल्या या गृहस्थाला आपली कॉलर दिसता कामा नये.

समोरच्या मोठ्या आरशात सुळ्यांनी आपली कॉलर पाहण्याचा प्रयत्न केला. तो असफल ठरला. कॉलरची गोष्ट समोरच्या गृहस्थाच्या लक्षात यायच्या आत तिथून उठावं असं सुळ्यांना वाटायला लागलं. पण गिरीधरलाल येईपर्यंत उठता येणार नव्हतं. नुसतं समोरासमोर बसणं अवघड होतं. विचारायचं म्हणून त्यानं विचारलं,

'गिरीधरलालबरोबर आपण कधीपासून काम करायला लागलात?'

'कोण मी?'

'हं.'

'मी त्याचा पार्टनर नाही. मी त्याला फक्त मदत करणार आहे. टेंडर तोच भरणार

आहे. आणि त्याचा कागद पुढं सरकवण्याचं काम तुम्ही करणार आहात.'

चतर्जींच्या या स्पष्ट बोलण्यानं सुळे भेदरले. त्यांनी चपापून इकडं तिकडं पाह्यलं. तोच पुढं वाकून सुळ्यांच्या खांद्यावर थोपटल्यासारखं करीत चतर्जी म्हणाले, 'डोन्ट वरी. कुणीही ऐकलं नाही. प्रत्येकाला स्वतःचा व्याप आहे. तेव्हा चिंता करू नका. काही घोटाळा होईल याची आणि तुमच्या बिदागीचीही.'

चतर्जी थांबले.

हा विषय थांबायला हवा होता.

सुळ्यांनी मग मध्येच चतर्जींना विचारलं,

'आपण एरवी काय करता?'

'ज्याला ज्याची गरज असेल ते पुरवतो.'

'माझ्या नीट लक्षात नाही आलं.'

'नाही कळलं?'

'नाही. डिपार्टमेंटल स्टोअर वगैरे...'

'हं हं हं... मला एवढं रुक्ष बनवू नका. माझ्यासारखा माणूस दुकानदारी करील...'

'नाही, तसं नाही–' सुळे अपराधी चेहऱ्यानं सारवासारवी करू लागले.

'इट्स ऑल राइट. मी दुकानदारीच करतो. फक्त दुकान न मांडता. यह बम्बई है भैया. या मुंबईत कुणाला कशाची गरज केव्हा लागेल हे सांगणं कठीण आहे. दुकानात पुऱ्या न होणाऱ्या गरजा असतात काही– ज्या उघडपणे सांगताही येत नाहीत. मी अशा गरजा पुरवणारा दुकानदार आहे. डु यू गेट मी नाऊ?'

'नॉट इन टोटो.'

'कुणाला पोलीस कमिशनरची ओळख हवी असते, कुणाला इम्पोर्टेड वस्तू हव्या असतात, कुणाला एखाद्या मंत्र्याची अपॉइंटमेंट, कुणाला फॉरीनचा पासपोर्ट, कुणाला दारू आणि कुणाला बाई– हे सगळं मी पुरवतो.'

सुळ्यांनी यावर मध्येच एक न शोभणारा प्रश्न विचारला,

'एवढ्यावर भागतं?'

'कुणाचं? माझं?'

'नाही तसं नाही. पण...'

'दोस्त, असं गांगरण्याचं कारण नाही. गरज ही एक फार विलक्षण शक्ती आहे. परमेश्वराचं स्वरूप जसं अनाकलनीय आहे, त्याचप्रमाणे गरज या शक्तीचं. आणि ही शक्ती अशी मजेदार आहे की ज्याला गरज निर्माण होते त्याला ती एकदम लाचार, दुबळा बनवते. आणि जो ती गरज पुरवू शकतो त्याला ती अचाट सामर्थ्यवान आणि उद्दाम बनवते. मी फक्त दुसऱ्याची गरज हेरत जातो, आणि स्वतःसाठी कोणतीही गरज निर्माण होऊ देत नाही. आय एम दि हॅपिएस्ट पर्सन

इन दि वर्ल्ड– ओह! नॉट इन दि वर्ल्ड, बट इन दि स्पेस टू.'
सुळे आता नुसते पाहत राह्यले. चतर्जी पुढं म्हणाले,
'रामदासस्वामींना आपण द्रष्टे म्हणतो ते तितकंसं खरं नाही, त्यांना हा चतर्जी दिसला नाही. नाही तर त्यांनी 'जगी सर्व सुखी असा कोण आहे?' असा प्रश्न विचारलाच नसता.'
सुळ्यांना काय बोलावं कळतच नव्हतं. सुळ्यांनी अर्थात काही बोलावं अशी चतर्जींना अपेक्षा नव्हती. त्यांनी सुळ्यांना विचारलं,
'तुम्हाला कधी काही लागलं तर सांगा.'
'माझ्यासारख्याला काय लागणार?'
पण असं म्हणतानाच सुळ्यांना आठवलं, तारा एकदा म्हणाली होती,
'ब्रॉन्कायटीसवर ब्रँडीचा उपयोग होतो म्हणतात. जरा रिलीफ मिळतो असं म्हणतात.'
सुळ्यांच्या सात वर्षांच्या मुलीला ब्रॉन्कायटीस होता. ब्रँडी कुणाकडं मागावी हा प्रश्न अद्यापि सुटला नव्हता. तारालाच ते सांगायचे, तुझ्या काकींकडून आण. पण काकी फार बड्या. त्यांचे यजमान डॉक्टर. बड्या घरी जायचं म्हटलं की उगीचच छाती भरून येते असं तारा म्हणायची.
सुळ्यांना ते पटायचं.
आत्ताही ते गुदमरल्यासारखे झाले होते.
एक तर बडं हॉटेल. आजवर न पाह्यलेलं.
आणि समोर ही बडी असामी.
या माणसाजवळ ही गोष्ट मागावी काय?
'आत्ताच काही सांगा असं नाही. केव्हाही सांगा.'
'मला घरात औषध म्हणून ब्रँडी हवी होती.'
'अवश्य. किरकोळ बाब आहे. त्यापेक्षाही काही महत्त्वाचं असलं तरी सांगा.'
'सांगेन. पण जरा सवडीनं. तुमच्यासारख्या एवढ्या बड्या माणसाला...'
'बडा वगैरे झूठ. पोटार्थी आहे तुमच्यासारखा. माझ्या व्यवसायासाठी मलाही जबरदस्त किंमत मोजावी लागते.'
चतर्जींच्या या बोलण्याचा सरळ अर्थ घेऊन सुळ्यांनी तर्क केला की, भारी भारी किंमतीच्या वस्तू मागवून घेऊन लोक पैसे बुडवत असतील. सुळ्यांचा तो तर्क खोडून काढीत चतर्जी म्हणाले,
'माझ्या व्यवसायात मला पैसा ओतावा लागतो.'
'कशासाठी?'
'मी खरा काय व्यवसाय करतो हे सांगू का?'

'सांगा ना. म्हणजे ओळख करून देताना मला सोपं होईल.'

चतर्जी चमत्कारिक पद्धतीनं हसले. त्यांनी खिशातला रुमाल काढला. प्रसन्न, शांत सुगंधानं सुळ्यांच्या चित्तवृत्ती बहरून गेल्या.

पिवळ्या कॉलरचं विस्मरण झालं.

चतर्जींनं शांतपणे सांगितलं,

'आय एम ए पिंप.'

ऐकण्यात काही गफलत झाली काय?

सुळे हादरले.

चतर्जी पूर्वीइतकेच शांत.

अर्थशास्त्राच्या प्राध्यापकाइतकेच.

सुळ्यांना धक्क्यातून बाहेर आणायचं म्हणजे त्यांना बोलतं करायचं आणि आपण बोलत राहायचं हे जाणून चतर्जी म्हणाले,

'मी कुंटणखाना वगैरे चालवत नाही.'

याही वाक्यानं सुळ्यांना दडाच बसला. वाक्यानं म्हणण्यापेक्षा चतर्जींच्या शांतपणानं! प्राध्यापकानं सांगावं, 'मी ट्यूशन्स वगैरे घेत नाही–' तसं.

चतर्जी बोलतच राह्यले.

'मी धंदेवाल्या बायकांच्या मागं पण जात नाही. आय डील वुइथ फ्रेश, यंग स्टफ! मॅरीड लेडीज फ्रॉम गुड क्लास, हाय सोसायटी.'

आता कुतूहल चाळवलं गेलं.

आपल्याला त्या मार्गानं जायचं नाही. तेव्हा माहिती करून घ्यायला काय हरकत आहे?

विमानतळावरून विमान आतून पाह्यला कितीतरी जण, ओळख वगैरे काढून जातात. त्या सर्वांना काय विमानं चालवायची असतात काय?

'एक विचारू?'

'जरूर पूछिये. उसमे क्या बडी बात!'

'अशा बायका तुम्हाला कुठं भेटतात?'

'प्रॅक्टिकली एव्हरी व्हेअर!'

'खरं?'

'अगदी हिंदू कॉलनी, शिवाजी पार्क– या विभागातसुद्धा.'

'पण अमुक एक बाई 'अशी' हे कळतं कसं?'

'ज्याची त्यालाच ती पावलं ओळखता येतात. काही त्यातल्या असतात, तर काही त्यातल्या बनवाव्या लागतात.'

'पण हे कसं जमतं?' सुळ्यांनी विचारलं.

'तितकं कठीण नाही ते. परिस्थिती बनवते माणसाला.'

'साहजिक आहे. आपल्या देशात मुळातच इतकं दारिद्र्य आहे की...'

'जस्ट वेट. नाही, म्हणजे दारिद्र्य आहे हे तर झालंच, पण दॅट इज वन ऑफ दि फॅक्टर्स. मुख्य मदत मिळते ती मोठ्या लोकांकडूनच.'

'पैशासाठी?'

'असं म्हणायला हरकत नाही.'

'त्यांना काय कमी असतं?'

'त्यांना स्वप्नांची वाण असते.'

चतर्जींच्या बोलण्याचा सुळ्यांना उलगडा होईना.

'माझ्या लक्षात नाही आलं.'

चतर्जी त्याच बेफिकीर स्वरात बोलायला लागले. त्यांचं ते बोलणं नव्हतं. हे सगळं का घडत असावं याचं ते स्वतःशीच विश्लेषण करीत होते. जणू काही 'हे सगळं कसं घडतं?'– याचा त्यांनाही एकीकडे प्रश्न पडलेला होता. आणि सुळ्यांना या विश्वाची जडणघडण उकलून दाखवण्यात त्यांनाही त्याचं उत्तर मिळत होतं.

ते म्हणाले,

'श्रीमंत माणसांपेक्षा गरीब माणसं जास्त भाग्यवान असतात.'

'कशी?'

'पैसा कमी. स्वप्नं जास्त. सगळं आयुष्य हिशोब करण्यात छान जातं. पगार वाढला की हे करू, मुलाला नोकरी लागली की ते करू. स्वप्नांमागं धावण्यात आयुष्य झटकन् संपतं. श्रीमंतांची स्वप्नं कोणत्याही क्षणी प्रत्यक्षात उतरू शकतात. स्वप्नं राहातच नाहीत. मिळवण्यासारखं उरत नाही. आयुष्यातला ताण संपला, थ्रिल संपला. तो थ्रिल मग वाटेल त्या मार्गानं...'

'पापपुण्य...'

'त्या पखाली गरीबांसाठी. दारिद्र्य प्रथम माणसाचा कणा मोडतं. आत्मविश्वासाला चूड लावतं. आत्मविश्वास संपला की भीतीचं थैमान सुरू होतं. भयभीताला उत्तम कुबड्या भक्तिमार्गाच्या. पापपुण्याच्या चाकोऱ्या मग एकदा मानगुटीवर बसल्या की मान मोडते पण चाकोरी सुटत नाही.'

'मग साधं सिगारेटचं व्यसन म्हणजे पारोसेपणा वाटतो. बाई-बाटलीची तर बातच सोडा.'

सुळ्यांना एकाएकी अंधारून आल्यासारखं वाटलं. तरी त्यांनी विचारलं,

'पण मुबलक पैसा असताना...'

'मि. सुळे, मनी इज नॉट ए थ्रिल! पैसा म्हणजे सबकुछ, हे कुणाला वाटतं?–

गरीबांना. पैशानं कपाटं भरली की थ्रिल संपला. नाही तर थोरामोठ्यांच्या बायकांनी हे का करावं?'

सुळे याचं उत्तर कसं देणार?

त्या बायकांना त्याची कारणं सांगता येणार नाहीत. मग सुळे काय सांगणार?

पण तरीही चतर्जी हे कसं साधतात?

अशा बायकांशी ते प्रथम काय बोलतात?

त्यांनी तो प्रश्न न राहवून, कळवळून विचारला.

चतर्जी गौरवानं म्हणाले,

'हिअर लाइज द स्किल ऑफ मि. चित्रे.'

'चित्रे?– चित्रे कोण?'

'अस्मादिक. या धंद्याला चित्रे हे आडनाव अगदीच अळणी. चित्रासारखं स्टॅटिक. चित्रेचं मी चतर्जी केलं. ते असो. प्रश्न असा की मी हे कसं काय जमवतो? करेक्ट?'

सुळ्यांनी कोकरासारखी मान हलवली.

नव्या पवित्र्यात चतर्जींनी त्यांचे पवित्रे सांगायला सुरुवात केली.

'मी तुम्हाला सांगतोय ही हकीगत जवळजवळ दोन किंवा तीन वर्षांपूर्वीची आहे. मार्केटमध्येच मला ती दिसली. तिचं नाव मी तुम्हाला सांगणार नाही. सोयीसाठी आपण तिला योगिनी म्हणू. ती मला मार्केटमध्येच दिसणार होती.'

'कसं काय?'

'मी मागावरच होतो. तिच्या हातातली पिशवी बाईमाणसाला उचलायला अवजड होण्याच्या क्षणी मी पुढे झालो आणि हाक मारली. तिनं चमकून पाह्यलं. नावानिशी कोण हाक मारतंय असं मनात म्हणत. मी थांबलो नाही. थांबायचं नसतं पण. भराभरा म्हणालो, 'अशा पाहूच नका. ओळख पटणं फार कठीण आहे. तुम्हाला मी आज अकरा वर्षांनी पाहतोय. आमचा डॉक्टरही ओळखायचा नाही, मग तुमची काय कथा?– ती पिशवी आणा इकडं. अहो, नको काय, द्या इकडं!' असं म्हणता म्हणता पिशवी माझ्या हातात आलेली असते. योगिनीबाई तोवर मेंदूला खूप ताप देतात. बुचकळ्यात पडलेल्या त्यांच्या चेहऱ्याकडं न पाहता मी म्हणालो, 'डॉक्टरशी एकवीस जिलब्या खाण्याची पैज मारणारा चतर्जी तो मीच. चतर्जी उर्फ चित्रे.'

योगिनीबाई आणखीन चक्रावून जाऊन पाहात राहतात. मी सांगतो, 'अहो, तुमच्याच लग्नातली हकीगत आहे ही. विसरलात? जाने दो.'

तोपर्यंत आम्ही मार्केटमधून बाहेर पडलेले.

'गाडी कुठं पार्क केलीत?'
'अं, अं...'
'अरे हो, गॅरेजला पेंटिंगसाठी गेलीय ना? करेक्ट. डॉक्टरचा आवडता रंग. डीप ग्रे आणि एकदम व्हाइट ॲपोस्ट्री.'
ही खूण योगिनीबाईंना ताबडतोब पटली. परकेपणा जरा कमी झाला.
तुम्ही हे रेफरन्सेस् कसे काय दिलेत! सुळ्यांनी विचारलं.
'लग्नातल्या एकवीस जिलब्यांची चक्क थाप. मोटार गॅरेजला वगैरे गेली, ही मिळवलेली माहिती.'
'पण मग ते जिलब्यांचं...'
'अहो पत्ता लागत नाही. लग्नात एक तर नवरीमुलगी तुफान बिथरलेली असते. इकडंतिकडं लक्ष असतं कुठं?'
'असेल बुवा–' असं म्हणत सुळे गप्प बसले.
चतर्जी पुढं म्हणाले,
'नंतर मी तिला सरळ माझ्या मोटारीकडं नेली. मोटारीचं मुद्दाम मागचं दार उघडलं. मोटार बाळगणारी व्यक्ती सगळ्या एटिकेट्स ओळखते. त्याप्रमाणे योगिनीबाई आपण होऊन पुढच्या बाजूला येऊन बसल्या. योगिनीबाईंचं घर येईपर्यंत मी त्यांना माझ्या सर्व व्यवसायाची ओळख दिली.'
सुळ्यांनी विचारलं, 'ते बायकांचं...'
'तेवढी बाब वगळून. त्यांची पिशवी घेऊन मी थेट त्यांच्या घरात गेलो. नंतर जरा वॉश घेतो असं सांगून मी खिशातल्या वस्तू सेंटर टेबलावर ठेवल्या. या वस्तू पाहताच त्यांचे डोळे विस्फारून गेले.'
'का?'
सुळ्यांचा तो 'का' ऐकताच चतर्जी खाली वाकले. त्यांनी त्यांची ब्रीफकेस उघडून त्यातली एक सेंटची बाटली सुळ्यांसमोर ठेवली.
सुळे ती बाटली पाहून चमकले.
नजर खिळावी अशीच चीज आहे ती. वॉश घेऊन येईपर्यंत योगिनीबाई सगळ्या वस्तू निरखून पाहात होत्या. जाणकार, कोणती वस्तू कुठली ते जाणतो. त्यांनी त्याप्रमाणे चौकशी केली. मी ती माहिती पुरवली. आणि सेंटची बाटली तिथंच ठेवली.
'ही वहिनी तुम्हाला.'
'अहो भलतंच काय? मी फक्त चौकशी केली.'
'मग बिघडलं काय? वहिनी, सेंटची ही बाटली मुंबईत चाळीस रुपयाला, पॅरिसमध्ये साडेतीन रुपयाला.'

'तुम्हाला कसं माहीत?'
'मी तिकडं साडेतीन वर्षं काढली. मला कोणत्याही वस्तूंचे भाव विचारा.'
वहिनी पुन्हा एकवार बाटली नको म्हणाल्या. मी म्हणालो, 'वहिनी, घरी दोन डझन बाटल्या पडल्या आहेत. त्याशिवाय केव्हाही आणखी मागवल्या तर मिळू शकतात. केवळ सेंटच्या बाटल्याच नव्हे तर फॉरीनचं काय म्हणाल ते.'
'खरंच?'
'खरं म्हणजे– कॅनडात आपला शर्मा आहे. स्विसला जोशी मायग्रेट झालाय. जिनेव्हाला गजेंद्रगडकर. सगळीकडं दोस्त राष्ट्रं विखुरलेली आहेत.'
'मला फक्त एकच चीज हवी होती.'
'इम्पोर्टेड साडी.'
'हो.'
'किती हव्यात?'
वहिनी बोलत नाहीत.
'पुढच्या खेपेस आणीन.'
एवढं झाल्यावर मी निरोप घेतला.
ही बाजी मी पहिल्याच फेरीत जिंकली.

चतर्जींच्या निवेदनातला पहिला टप्पा संपला होता. त्यांनी मध्ये एक सिगारेट शिलगावली. सुळ्यांना आता दम निघेना. एका बाजूनं विलक्षण उत्सुकता आणि एका बाजूनं योगिनीबाईंची अतीव दया, अशा द्विधा अवस्थेतच त्यांनी बधीरपणे प्रश्न केला,
'पुढं?'
'त्यानंतरची माझी दुसरी खेप आठच दिवसांनी झाली. अत्यंत थकलेल्या, मरगळलेल्या अवस्थेत मी योगिनीकडे गेलो. अर्थात् ती एकटी असताना. डॉक्टर चोवीस तासांपैकी सोळा ते अठरा तास घराबाहेर असतात. त्यांना झक्कपैकी रेप्युटेशन आहे. खोऱ्यानं पैसा ओढतात. पण त्या माणसाजवळ रसिकता नाही. लग्नाला अकरा वर्षं झाली. घरात पाळणा नाही. योगिनी घरात एकटी असते. डॉक्टर पैशाच्या मागं. घरात तारुण्यानं मुसमुसलेली सफरचंदासारखी बायको– ऑल अलोन ऑल द टाइम.'
माझं स्वागत अर्थातच जोरदार होतं. मी आत जाताच विचारलं,
'वहिनी, जरा पाच मिनिटं रिलॅक्स होतो. फार थकून गेलोय.'
'अवश्य. आत पडताय का?'
'नको. आय ॲम कंफर्टेबल हिअर!'

दहा-पंधरा मिनिटांनी मी उठलो आणि सांगितलं,

'वहिनी, मी चलतो.'

'का?'

'दहा मिनिटं पडल्यावर बरं वाटेल असं वाटलं होतं. पण नाही चैन पडत. जातो मी.'

'घरी जाताय?'

'घर?– इथं कुणाला घर आहे?'

'म्हणजे?'

'डॉक्टरनं तुम्हाला माझ्याबद्दल काहीच सांगितलं नाही का?'

'खरं सांगू का?'

'सांगा ना.'

'तुम्ही कोण हे त्यांच्या तितकंसं लक्षात आलं नाही.'

'ही इज नॉट ॲट फॉल्ट. समोरासमोर भेट झाली की ओळख पटेलच, आणि मग डॉक्टर तुम्हाला माझी कहाणी ऐकवेलच.'

'तुम्ही बसा ना पण. काय घाई आहे?'

'मी फार फार थकलोय.'

'चेहराच सांगतोय तुमचा. एवढी काय धावाधाव केलीत?'

'खास नाही. हा थकवा मानसिक आहे.'

'तसं असेल तर मला सांगा.'

'तुम्हाला त्रास?'

'मुळीच व्हायचा नाही. आणि मला तर हवाच आहे थोडा त्रास.'

'का?'

'कुठल्याच काळज्या नाहीत. नुसता आराम. सुटत चालले आहे.'

'विषय काढलात म्हणून सांगू?'

'सांगा.'

'तुमची उंची पाह्यली तर बांधा एवढा हवाच. लग्नात तुम्ही त्या मानानं काहीतरीच होतात.'

योगिनी काही बोलली नाही.

तिनं मला बसवून घेतलं. मला काय झालंय ते वारंवार विचारल्यावर मी म्हणालो,

'वहिनी, लोकांनी माझ्याबद्दल काहीही समज करून घ्यावा का?'

'काय झालं?'

'मी कुणाचंही कोणतंही काम करतो. आज सचिवालयाचा सहावा मजला आपल्या खिशात आहे. म्हणून लोकांनी काहीही समज करून घ्यावेत काय?'

‘पण काय झालं?’
‘मला विचारू नका. विचार करून माझं मस्तक फुटायची वेळ आली आहे.’
‘असं काय घडलं पण?’
‘तुम्हाला मी कसं सांगू? आजूबाजूचा समाज तुम्ही पाहातच आहात. तुमचा काय अंदाज आहे या समाजाबद्दल?’
‘भाऊजी, अगदी खरं सांगू का? मी घरातून फार कधी बाहेर पडत नाही.’
‘का?’
‘एकट्यानं किती भटकावं?– डॉक्टर केव्हाही घरी येतात. त्या वेळी मी त्यांना समोर दिसायला हवी असते.’
‘डॉक्टर तुम्हाला पार्ट्यांना नेतो का नाही?’
‘नाही.’
‘का?’
‘त्यांची मतं फार जुनी आहेत.’
‘तेच उत्तम आहे.’
‘का?’
‘बाहेरचं जग फार वाईट आहे. तुमच्यासारखी देखणी, शांत, सोज्वळ स्त्री करपून जाईल.’
‘कशी?’
‘लोकांच्या नजरांनी.’
‘असं कसं?’
‘वहिनी, आम्ही पुरुष फार वाईट असतो. पुरुषाची नजर बाईला कळते असं म्हणतात ते खोटं आहे. म्हणजे कळत असेल, पण मनातला भाव– हेतू दृष्टीत उतरला तर.’
‘या भीतीपायी मी समाजापासून नेहमीच दूर राहायचं काय?’
‘तुमच्याच सौख्यासाठी. आता तुम्ही दुःखी आहात का?’
‘मुळीच नाही. दाराशी गाडी आहे. नवरा जिवापाड प्रेम करतोय.’
‘आणखी काय हवं?’
‘नवराच हवाय.’
‘म्हणजे?’
‘नवरा घरात हवा की नको?’
मी गप्प बसलो. माझा चेहरा मी आणखीन गंभीर केला. वहिनी म्हणाल्या,
‘आम्ही बायका फार विचित्र असतो. आम्हांला सुखात, ऐश्वर्यात तर राहायचं असतंच, पण तेवढ्यानं आमचं भागत नसतं. आपण सुखात आहोत हे चार

माणसांनी पाहावं असंही आम्हांला वाटतं.'
'पण समाज...'
'वाईट, वाईट म्हणजे कसा ते सांगा ना?– सुंदर स्त्रीकडं हपापलेल्या नजरेनं पाहणारा, इतकंच ना? मग पुन्हा तेच सांगते, आपण सुंदर आहोत हेही इतरांना समजावं असं आम्हांला वाटतं. जाऊ दे. माझी दु:खं मी नाही सांगत बसत. तुम्हाला काय झालं होतं ते सांगा.'
मग मी म्हणालो,
'एका गृहस्थानं माझ्याकडं बाईची मागणी केली, मी तसलीही कामं करतो असं समजून.'
'कोण आहे तो?'
'असाच एक लाखोपती.'
'मग त्याला काय अवघड आहे?'
'तो त्यातला नाही, म्हणून त्याला ते अवघड वाटतं.'
'और आहे.'
'फारसं और नाही काही यात. एकेकाची भूक असते. मघाशी तुम्ही तुमच्या व्यथा सांगितल्यात. पुरुषांच्या पण काही व्यथा असतात. त्यांना त्यांच्यावर उत्कटतेनं प्रेम करणारी व्यक्ती कायम हवी असते. उडून जाणारं अत्तर त्याला पटत नाही. या गृहस्थाला काय कमी आहे? माझ्यासारख्या माणसानंसुद्धा भाळावं असा राजबिंडा. शालीनतेचे धडे बायकांनी त्याच्याकडून घ्यावेत. त्याचं बोलणं, चालणं– साधं बसणं... प्रत्येक हालचालीत डौल आहे. नटवर्य नानासाहेब फाटक म्हणतात, कोणत्याही पोजचा, कुठूनही फोटो घेतला तरी पुरुष रुबाबदार दिसायला हवा. आमचा सुनीलकुमार तसा आहे. एकदम हॅण्डसम. एकदम पॉलिश्ड.'
'आणि अशा माणसावर बाई भाळत नाही म्हणता?'
'शय्यासोबतीण नको आहे त्याला. वेडापिसा करून सोडणारी आणि स्वत: वेडीपिशी होणारी सखी त्याला हवी आहे. तो कसा आहे हे खरं तर सांगताच येणार नाही. डॉक्टर रिकामा असेल तेव्हा आपण प्रत्यक्षच जाऊ त्याच्याकडं. त्याला नुसतं पाहण्यात प्लेझर आहे.'
'पाहू पुढच्या जन्मी.'
'का?'
'तुमच्या डॉक्टरला कधी सवड मिळणार?'
'मिळेल, मिळेल.'
'अशक्य. तुमच्यापेक्षा मी त्यांना जास्त ओळखते. अकरा वर्षं तुम्ही इथं नव्हतात. मी त्यांच्याशी संसार करते आहे. तेव्हा त्यांचं काही सांगू नका. जायचं असलं तर

आपण दोघंच जाऊ. या व्यक्तीला मला पाहावंसं वाटतं.'

'ऑल राइट.'

'असं नर्व्हस होऊ नका. तुमच्या डॉक्टरबद्दल मी असं म्हणाले म्हणून.'

'मला आवडलं असतं डॉक्टर आला असता तर.'

'मला नसतं का आवडलं? पण आनंद मिळवण्याच्या प्रत्येकाच्या व्याख्या निराळ्या आहेत. त्याला काय करणार? मी आता जरा जग पाहायचं ठरवलं आहे. कधी जायचं?'

'तुम्ही सांगाल तेव्हा. दिल्ली, मद्रास, कलकत्ता टूर करून आल्यावर चालेल?'

'इतक्या उशिरा?'

'मग कधी?' मी निरिच्छपणाची सीमा गाठत विचारलं.

'म्हणाल तर आज– आत्ता.'

'मी पाहतो फोन करून, सुनील आहे की नाही ते.' मी मग फोनचं नाटक केलं.

'सुनील म्हणतोय, तासाभरात आलास तर आहे.'

'का?'

'तो चाललाय बंगलोरला.'

'तिकडं कोण आहे?'

'कुणीच नाही. मन कुठंतरी रमवायचं म्हणून.'

'चला, जाऊया.'

पुन्हा एकवार आटा फिरवून बळकट करायचा म्हणून मी म्हणालो,

'योगिनीबाई, त्या माणसाला बघून-भेटून तुम्ही काय साधणार आहात?'

'त्याची-माझी व्यथा एकच आहे– असावी असं मला वाटतंय. त्याला नुसतं एकदा पाहावं असंच मनात येतंय.'

'पुढं?' सुळ्यांनी प्रश्न टाकला. चतर्जींनी क्षणभर जरी उसंत घेतली तरी सुळ्यांना दम निघत नव्हता.

'त्या घरी पोहचताच– इकडची दुनिया तिकडं व्हावी त्याप्रमाणे योगिनीबाई भारावून गेल्या. घर आणि हा ब्लॉक यांत जमीन-अस्मानाचा फरक होता हे जाणवलं. पैसा मुबलक असून नुसतं चालत नाही. त्याबरोबर योग्य विनियोग हवा. सौंदर्यसृष्टी हवी. मंत्रमुग्ध होऊन त्या बसलेल्या असतानाच सुनीलकुमार आत आला. त्याचा रुबाब, देखणेपणा आणि विलक्षण आदब, मार्दव हे पाहून बाई हरवल्या. 'आत्ता येतो'– असं सांगून मी तिथून निघालो तो साडेतीन-चार तासांनी परतलो. तोपर्यंत सुनीलकुमारनं गड नुसता झुंजत ठेवलेला नव्हता तर जिंकलेला होता.'

'काय सांगता काय?'

'बाईंनी पैसे पण घेतले, यात काय ते समजा.'

'कसं शक्य आहे?'

'सुनीलकुमारनं डोळ्यांत पाणी आणलं. तिच्या पायाला स्पर्श केला. प्रत्यक्ष रडला. 'असं उत्कटपणे आजवर कुणी भेटलं नाही. असं सौख्य आजवर अनुभवलं नाही. काळीज असं कुणी चिरलं नाही. सर्वस्व ओवाळून टाकलं तरी त्याची किंमत होणार नाही. माझी आठवण म्हणून हे ठेवा.'– असं तळमळून कुणी म्हणालं, बेफिकीरपणे ड्रॉवर उघडला आणि न मोजता, न बघता नोटांचं पुडकं हातात कोंबलं तर नाही कोण म्हणेल?'

'तरी पण चतर्जी...'

'सुळे, तीन हजार रुपये ही रक्कम लहान नव्हे. त्याशिवाय, या कानाचं त्या कानाला कळलेलं नाही. समाजाला कळणार नसेल तर कोणतीही व्यक्ती कोणतंही पाप करील.'

'पण समाज...'

'समाज, समाज म्हणजे तरी कोण सुळे?– परक्या स्त्रीचा हात धरताना जेवढी ओळखीची माणसं आठवतात तोच समाज. आणखी लोकांना कोण भितो? तेव्हा प्रायव्हसी मिळाली, सुख तर मिळालंच मिळालं. शिवाय पैसेच पैसे.'

सुळ्यांना अकारण घाम फुटला. पायांपासून डोक्यापर्यंत मुंग्या आल्या.

आणि त्याच क्षणी त्यांना चतर्जींचा खून करावा असं वाटलं. पण ते शक्य नव्हतं. धाडस करीत ते म्हणाले,

'चतर्जी, तुम्ही हे फार मोठं पाप करता आहात.'

'मुळीच नाही. मी धंदा करतो आहे. मी फक्त कुतूहल जागं केलं.'

'योगिनीबाई संसारात दुःखी होत्या...'

'तेवढं मी हेरलं. साधा बागकाम करणारा माळी जसा चांगल्या मातीच्या शोधात असतो तसंच माझं. पुष्कळ भटकतो तेव्हा अशी घरंदाज माती मिळते.'

'आणि तिचा तुम्ही बळी घेता.'

'बाई हे झिडकारू शकतात, पण तसं घडत नाही. त्यांना हे सगळं हवं असतं. त्यांनी त्याची किंमत मोजायला हवी. खोटं आहे मी म्हणतो ते?'

यावर उत्तर खरं तर नव्हतं. सुळे काही वेळ गप्प बसले. पण तरीही कुतूहल होतंच.

त्यांनी विचारलं,

'योगिनीबाई नंतर भेटल्या होत्या?'

'मी भेटत नाही. आमच्या रिवाजाप्रमाणं.'

'म्हणजे?'

‘चार-पाच महिने नंतर भेटायचं नसतं. पुन्हा भेटायचं ते अचानक. तसा मी अचानक भेटलो. मग आपण विषय काढायचा नाही. नॉर्मली बाईच तो विषय काढते, असा आजवरचा अनुभव आहे. त्याप्रमाणे योगिनीबाईंनीच विषय काढला.’
‘खरंच?’
‘येस.’
‘तुम्ही काय सांगितलंत?’
‘ठरलेलं उत्तर. सुनीलकुमार मलाही त्यानंतर भेटला नाही.’
‘योगिनीबाईंचा विश्वास बसला?’
‘बसला. त्याच आपण होऊन पुन्हा सुनीलकुमारला भेटायला निघाल्या.’
‘खरं?’
‘सुनीलकुमारचं व्यक्तिमत्त्वच तसं आहे. त्याचा देखणेपणा, माझा ब्लॉक आणि पैसे– असा तो पार्टनरशिपचा प्रकार आहे.’
‘म्हणजे?’
‘सुनीलकुमार हा माझा पार्टनर. पहिले तीन हजार मीच दिलेले असतात, बाईला देण्यासाठी. बाईला प्रथम घरातून बाहेर काढणं एवढंच माझं काम. त्या कामात खुद्द बाईचं औत्सुक्य आणि कुतूहल मला साहाय्य करतं आणि नंतरची ताकद असते रुपयांची.’
‘योगिनीला तुम्ही फसवायला नको होतं. ती दु:खी होती.’
‘मग तिला मी सुखच नाही का दिलं?– त्या सौख्याची किंमत तिनं मोजायला हवी. आणि तिनं मोजली पण.’
‘कशी?’
‘तिला दिवस गेले.’
‘काय सांगता?’
‘दुसरं काय व्हावं अशी अपेक्षा होती?’
‘पण...’
‘हा मार्ग अटळ आहे. तिला पैसेही चांगले मिळतात.’
‘सुनीलकुमारकडून, म्हणजे तुमच्याकडून.’
‘ते फक्त पहिल्या वेळेला. चार महिन्यांनंतर योगिनीबाई जेव्हा दुसऱ्यांदा माझ्याबरोबर आल्या तेव्हा त्यांना त्या ब्लॉकवर सुनील भेटला नाही. दुसरा कुणीतरी भेटला. अँड देन इट वेंट ऑन.’
बधीर अवस्थेत सुळ्यांनी विचारलं,
‘योगिनीबाई आता कुठं आहेत?’
‘हॉस्पिटलमध्ये.’

'का?'
'होऊ नये ती व्याधी.'
'आणि डॉक्टर?'
'त्यांनी सेपरेशन घेतलं.'
'का?'
'असली व्याधी झाल्यावर, अशा बाईला घरात कोण ठेवणार?'
'चतर्जी...'
'डोंट ब्लेम मी. डोण्ट अब्यूज मी. इट्स माय बिझिनेस. योगिनी जस्ट पेड द कॉस्ट ऑफ हर इमोशन अँड द थ्रिल शी वाँटेड!'

चतर्जी उर्फ चित्रे यांच्या या मुलाखतीनंतर सुळ्यांची चार दिवस झोप उडाली. लोकांच्या संसारावर निखारे ठेवून जगणाऱ्या त्या राक्षसाला काय म्हणावं हे त्यांना कळत नव्हतं. अनेक संसार उद्ध्वस्त करीत हा राक्षस असाच जगणार. याला कुणी मारू शकणार नाही आणि याला बळी जाणाऱ्यांचे संसार कुणी वाचवू शकणार नाही.
आणि एवढं करून हा म्हणतो, याला मी जबाबदार नाही.
त्याच्या या विधानात तथ्यांश असेल काय?
योगिनीनं जर त्या क्षणी प्रतिकार केला असता तर सुनीलकुमार काही करू शकला असता का?– ही बाई एवढी भाळली कशी?
त्या क्षणी ती स्वत:ला सावरू कशी शकली नाही?
विचार करून सुळे थकले.
त्यांना उत्तरं मिळाली नाहीत.
आणि अचानकपणे चार महिन्यांनंतर चतर्जी पुन्हा भेटले. पाय मोकळे करायचे म्हणून सुळे बाहेर पडले. पाठीमागून कुणीतरी 'शुक् शुक्' केलं– तर चतर्जी. त्या दिवसानंतर ते आज भेटत होते. गिरीधरलालला टेंडर भरण्याच्या कामात ते मदत करणार होते. त्याच कामासाठी चार महिन्यांपूर्वी ते भेटले.
गिरीधरलालनं टेंडर भरलं, पण काम मात्र मिळालं नाही.
चतर्जींनी मात्र ओळख ठेवली ती ठेवलीच.
'कुठपर्यंत पल्ला?'– चतर्जींनी विचारलं.
'इथंच चौपाटीपर्यंत.'
'चला गाडीतून. मीही तिकडंच निघालोय.'
चतर्जींच्या आमंत्रणावर सुळ्यांना नकार देववेना. कळसूत्री बाहुलीप्रमाणं ते मोटारीत जाऊन बसले. चतर्जींची मर्सिडीज सुरू कधी झाली हे जसं सुळ्यांना समजलं

नाही, त्याप्रमाणे बँड स्टँड हा हा म्हणता कधी आलं, याचाही त्यांना पत्ता लागला नाही.
एखाद्या ऐतिहासिक स्थळाला भेट देताना माणूस जसा नकळत अगोदरपासून भारावलेला असतो, त्याप्रमाणे सुळ्यांची अवस्था झाली होती.
बँड स्टँडला ते आज प्रथमच येत होते.
चतर्जींच्या मोटारीतून उतरताना, चतर्जी, त्यांचा व्यवसाय, मनात निर्माण झालेला त्यांच्याबाबतचा आकस या सगळ्यांचा सुळ्यांना विसर पडला. लाइफ वॉज स्मूथ अँड कंफर्टेबल.
'ही माझी आवडती जागा आहे. सगळा व्याप विसरावासा वाटला म्हणजे मी इथं येऊन बसतो.' चतर्जी म्हणाले.
सुळे काहीच बोलले नाहीत. व्याप विसरायला लावण्यासारखी ती जागा होती यात संशयच नव्हता.
एकमेकांशी फार काही न बोलता ते दोघं तिथं कट्ट्यावर बसून राह्यले.
जरा वेळानं चतर्जी म्हणाले,
'सुळे, माझ्यावर तुम्ही फार भडकला असला नाही?'
'काय कारण?'
'माझा एकूण व्यवसाय ऐकून?'
सुळे गप्प बसले. या क्षणी तरी त्यांना फार शांत वाटत होतं.
चतर्जी काहीसं स्वत:शी तर काहीसं सुळ्यांना उद्देशून म्हणाले,
'सुळे, बाई म्हणजे एक बाटली असते. अनेक वर्षं परिस्थिती, अतृप्ती या समुद्रात गटांगळ्या खाणारी. मी फक्त अशा बाटल्या शोधतो. त्यांचं झाकण काढतो. सिंदबादप्रामणं त्या क्षणी त्यातला अतृप्त, मन मारून मारून चिडलेला राक्षस उफाळून बाहेर येतो. माझं काम तिथं संपतं. मग ती बाई आणि तो राक्षस. त्यांपैकी एक काहीतरी उरतं.'
सुळे गप्प होते. जरा वेळानं ते पुटपुटले.
'असे राक्षस तर प्रत्येकाच्या शरीरात कोंडलेले असतात.'
'यू आर राइट.' चतर्जी पुटपुटले.
जरा वेळ जातो न जातो तोच चतर्जींनी कुणाला तरी हात उंचावून अभिवादन केल्याचं सुळ्यांनी पाह्यलं.
एक-दोन क्षणांतच त्या दोघांसमोर एक बाई येऊन उभी राह्यली.
'चित्रेसाहेब, तुम्ही किती वर्षांनी भेटताय? आज मी तुम्हाला आता सोडणार नाही. माझ्या ब्लॉकवर तुम्हाला आज यावंच लागेल.'
'सविता, आय ॲम नॉट अलोन. तुझी ओळख करून देतो. हे मिस्टर सुळे. ही

माझी क्लासमेट. आमची अनेक वर्षांची दोस्ती आहे, पण क्वचित केव्हातरी भेटतो. आजच्यासारखे.'

'तेही मी बाहेर पडले म्हणून! फोन लागत नाही म्हणून खाली समोरच्या हॉटेलात कंप्लेंट नोंदवायची म्हणून बाहेर पडले.'

'का? तुझी ती शेजारीण परेरा कुठं आहे?'

'ती तासापूर्वीच बाहेर गेली.'

'व्हेरी गुड, बस जरा इथं आता.'

'वा, खासा न्याय, ते काही नाही. तूच चल जरा. लांबून तुझी गाडी दिसली. म्हटलं, तूच आहेस का ते पाहावं. अंदाज करेक्ट ठरला. आता चल घरी.'

'आज नको– सम अदर टाइम.'

'तेव्हा पुन्हा ये. सुळ्यांचे पाय तरी आमच्या घरी केव्हा लागणार?– चल.'

'तू म्हणजे अशी आहेस.'– असं म्हणत चतर्जी उठले.

सुळ्यांना हायसं वाटलं.

सविताच्या आग्रहाला चतर्जींनी 'हो' म्हणावं असं त्यांना मनापासून वाटत होतं. ती संध्याकाळ, तो मर्सिडीजचा डौल, बँड स्टँडचं वातावरण आणि आता सविता– एकूण सगळं बेभान करणारं– आर्त हुरहुर निर्माण करणारं.

चतर्जी निघाले. थँक गॉड!

सवितेचा ब्लॉक पाहून परिकथेतल्या परीच्या महालात तर आपण आलो नाही ना, असं सुळ्यांना वाटू लागलं.

ते गालिचे, चकाकणारे दरवाजे, कोच, त्यावरचे विणलेले रुमाल, डौलदार फ्लॉवरपॉट्स आणि कितीतरी.

सुळ्यांना कळेना, ही माणसं पैसा आणतात तरी कुठून? आपण दिवसदिवस मरतो तेव्हा जेमतेम संसार ढकलतो. या दिवाणखान्यातल्या अनेक गोष्टी आपण उभ्या जन्मात घेऊ शकणार नाही. यांनी मात्र हे सगळं एका दिवसात एका चेकवर घेतलं असणार.

स्वत:चे विचार स्वत:लाच असह्य होऊन सुळे गॅलरीत आले. गॅलरी कसली? तोही एक हॉलच म्हणायला हरकत नाही.

समोर अफाट समुद्र आणि बँड स्टँड अख्खा दिसत होता.

या जागेत आल्यावर सुळ्यांना जाणवलं. फार फार काही छेदून गेलं.

स्वत:च्या जागेला आपण किती कंटाळलो आहोत याची त्यांना आत्ता कल्पना आली.

तो अंधेरा जिना. प्रवेश करताच येणारी दुर्गंधी. तो जिना न संपणारा. टीचभर खोली. सगळीकडे पसारा. हलणारा पलंग. कडक झालेल्या गाद्या. विटलेली

चादर. पोपडे उडालेल्या भिंती. सुकलेले रंग. भारंभार कॅलेंडर्स. भिंत झाकायचा एक प्रयत्न. लोंबणारे कपडे. दप्तरं. दांडीवरची पातळं. पिवळे पडलेले परकर आणि तरीसुद्धा संसारातून पळून न जाणारी आपली बायको तारा. दिसायला तशी वाईट नाही, पण रसरसलेली नाही. सविताच्या टाचा जेवढ्या नरम आणि स्वच्छ आहेत तेवढे ताराचे गाल नरम नाहीत.

कशी निबर दिसते.

एक काळ होता तसा...

एक काळ.

जेव्हा तारा अशीच सतेज, टवटवीत होती. तिला कायम तशीच ठेवायची अशी आपण गाढवासारखी प्रतिज्ञा केली होती.

एक काळ.

समुद्राकडे पाहात सुळे कितीतरी वेळ उभे होते. ते भानावर आले ते सविताच्या हाकांनी.

शरमिंधे होत सुळे दिवाणखान्यात आले.

'चतर्जी कुठे आहेत?'

'येतील आत्ता. बसा.'

सुळे भीत भीत बसले.

'अरे, व्यवस्थित टेकून बसा ना. घर तुमचंच आहे. बसा, मी मस्तपैकी रेकॉर्ड लावते. संगीताशी भांडण नाही ना?'

'छे छे.'

संगीताच्या स्वरांनी वातावरण आणखीन हलकं झालं. साध्या साध्या गप्पांची नशा चढली. आणि नंतर काय होतं आहे याची सुळ्यांना जाणीवच राह्यली नाही. चतर्जींचं म्हणणं खरं होतं.

बाटलीतून बाहेर पडलेल्या राक्षसाला पुन्हा बाटलीत कोंबण्यात फक्त सिंदबादच यशस्वी झाला.

बाकी राक्षसालाच शरण गेले.

अतृप्ती, दारिद्र्य जीवनातल्या अळणीपणाला विटलेलं मन– या सगळ्याचा एक मोठा राक्षस होऊन सुळ्यांच्या देहातून खुद्द बाहेर पडला. या देहात आपण त्याला कितीतरी वर्षं कोंडलेला होता.

सवितेनं केलेलं अतिक्रमण सुखद होतं. त्यात कंटाळा नव्हता. सक्ती नव्हती. कोणतंही बंधन नव्हतं. कशाचीही घाई नव्हती. बाजूलाच झोपलेली मुलं उठायची नाहीत ना, अशी जीवघेणी भीती नव्हती. जुन्या चादरीचा वास नव्हता. मादक

पण प्रसन्न सुगंध होता. मस्तक तर्र करणारा सुगंध. त्या क्षणी सुळ्यांना वाटलं, याला शृंगार फुलणं म्हणतात. ताराच्या सहवासात आपण फक्त सुख ओरबाडतो. सगळा संसारच शर्टच्या मळक्या कॉलरसारखा. वारंवार झाकावा लागणारा. राक्षसाला सुळे शरण गेले.

त्यानंतर सात-आठ महिने गेले.

काही उघडकीला आलं नाही म्हणून सुळे मजेत होते. मनावरचं दडपण आता नाहीसं झालं होतं.

चतर्जींचा आता तेवढा राग येत नव्हता. मागं राहिला होता केवळ सुगंध.

आणि एके दिवशी कामावरून परतलेल्या सुळ्यांना तारा म्हणाली,

'आज मला कोण भेटलं असेल, ओळखा?'

सुळ्यांनी दोन-चार दुर्मिळ माणसांची नावं घेतली. ती सगळी चुकली.

तारा प्रसन्नपणे म्हणाली,

'तुमचा जुना मित्र.'

'कुठं भेटला?'

'औषधासाठी मी डॉक्टरकडे गेले होते.'

'का?'

'लीलाला सकाळपासून ब्रॉन्कायटीसचा अटॅक आलाय.'

'भेटले डॉक्टर?'

'डॉक्टर तर भेटलेच. पण त्याहीपेक्षा गंमत आहे त्या तुमच्या मित्राची.'

'कोण पण?'

'ओळखाच तुम्ही. तुम्ही ओळखणार नाही अशी पैज मारली आहे त्यानं. मोठा मस्त माणूस आहे. त्याची गाडीच किती मस्त आहे.'

तारा फुलून फुलून बोलत होती.

पलंगाचा आधार घेत सुळ्यांनी विचारलं,

'तुला काय माहीत?'

'त्यांनी मला इथपर्यंत सोडलं ना. तुमचं त्यांनी तंतोतंत वर्णन केलं.'

तो विषय थांबवायचा म्हणून सुळे निरिच्छपणे म्हणाले,

'असेल बुवा कुणीतरी. मी नाही अजून ओळखू शकत.'

'ते म्हणालेच, ओळखणार नाही म्हणून. कारण आपलं लग्न झालं आणि ते अमेरिकेला गेले.'

सुळ्यांना गरगरायला लागलं.

तारा प्रसन्नपणे म्हणाली, 'आता एकच खूण सांगते, आपल्या लग्नात, सगळं

जेवण झाल्यावर एकवीस जिलब्या खाण्याची पैज ज्यांनी मारली...'

पण ताराचं वाक्य पुरं झालं नाही.

सुळ्यांचा चेहरा पांढराफटक् पडला.

त्यांना समोर तारा दिसेचना.

तिच्या अंगातून प्रचंड धूर येत होता. त्या धुरानं घर भरून गेलं.

आणि सगळ्या घरावर एका अवाढव्य राक्षसाची सावली पडल्याचा सुळ्यांना भास झाला.

कथा संपताच दुनियाझादचं अंग शहारून गेलं. तिच्या अंगातली शक्तीच कुणीतरी काढून घेतल्यासारखं झालं. ती काहीशा अनामिक भीतीनं पांढरीफटक् पडली. बादशहा कधीच झोपला होता. त्याच्या हातात हुक्क्याची नळी तशीच होती. तिचं लक्ष दुनियाझादकडे गेलं. पाहते तो, ती थरथर कापत आहे.

"तू एवढी का घाबरलीस?"

"ताई, मला कधी काळी तो चतर्जी भेटला, तर माझा कसा निभाव लागेल, या केवळ कल्पनेनंच माझा क्षणभर थरकाप झाला."

शहराझादनं तिला आणखीन आपल्या जवळ ओढून घेतलं.

दुनियाझाद तिच्या कुशीत शिरली.

तिला हलक्या हातानं थोपटत, थोपटत शहराझाद म्हणाली, "उगीच केवळ कल्पनेनं घाबरून जाऊ नकोस. हा चतर्जी प्रत्येकाला भेटेल असं नाही. पण लाडके दुनियाझाद, तुला हात जोडून, कळवळून सांगणार आहे की, चतर्जीपेक्षा एका भयानक राक्षसापासून दूर राहा."

"ताई, कोण तो?"

"संशय."

"संशय?"

"होय राजा. त्याला संशयपिशाच्च म्हणतात. तेच त्याचं सार्थ वर्णन आहे." असं म्हणून शहराझाद पुढे म्हणाली, "तुला मी प्रदीपचीच गोष्ट सांगते."

गोष्ट सातवी / संशयपिशाच्चाची

लग्न बड्या घरचं.

मलबार हिलवरची, राजवाड्याला लाजवेल अशी वास्तू. वेळ संध्याकाळची. बड्याबड्यांच्या हजारो रुपये किंमतीच्या मोटारी.

थंड हवा. लॉन्सवर पसरलेल्या गार्डन चेअर्स. चार-चार, पाच-पाच माणसांचे गुच्छ.

ठिकठिकाणी इंद्रधनुष्य सांडलेलं. सनईचा सुरेल स्वर. झाडाझाडातून सोडलेले रंगीत दिवे.

प्रकाशाची फुलं फुलल्याचा होणारा भास.

चीज सँडविजेस्. मसाला काजू, खारे काजू, केक्स, सफरचंद, चिक्कूंनी भरलेल्या बशा... आइस्क्रीम, फ्रूट सॅलड...

स्वच्छ कपड्यांत वावरणारे वेटर्स...

आणि मधूनच लाऊडस्पीकरवरून बड्याबड्यांच्या मोटारींचे नंबर पुकारून... शोफर लोकांना तयार राहण्यासाठी दिलेल्या सूचना.

डायसवर प्रदीप आणि सुरेखा.

चेहऱ्यावर तृप्त भाव, संपूर्ण आनंदी. अट्टाहास ज्यासाठी ते मिळाल्याचा कृतकृत्य भाव.

तशीच सुरेखा.

या क्षणी आयुष्यात काहीच कमी नाही. तसं कोणत्याच क्षणी काहीच कमी नव्हतं. दोघांनाही.

तरी आजचा क्षण निराळा.

'प्रदीप, तुझी ओळख करून देते. हे वाघ. लार्सन टोब्रोमध्ये परचेस मॅनेजर आहेत.'

'Oh, glad to meet you.'

'आणि प्रदीप, हे पालेकर. हे जॉन्सन अँड जॉन्सनचे...'

सुरेखाचं वाक्य अर्ध राहतं.

तेवढ्यात फ्लॅश उडतो. कधी फोटो घ्यायचा हे फोटोग्राफरला न सांगता समजतं. फ्लॅशच्या प्रकाशापायी क्षणभर डोळ्यांसमोर तयार झालेली जांभळी वर्तुळं संपायच्या

आत सुधीर प्रदीपला सांगतो,
'प्रदीप, तुझी ओळख करून देतो. हे श्री. रणदिवे. यांचा प्रेस आहे म्हणून तुला मी बोललो होतो. आणि रणदिवेसाहेब, हा आमचा प्रदीप.'
'प्रदीप, please इकडं बघ. तुझी ओळख करून देते. हे आमचे डॉ. घारपुरे.'
'प्रदीप आणि सुरेखा, तुम्ही दोघं माझं ऐका. पाच मिनिटं विश्रांती मिळाली आहे, तोपर्यंत जरा बसून घ्या. बरोबर दोन तास व्हायला आले. बसा जरा.'
आईंनी अधिकारवाणीनं सांगितलं आणि केवळ त्याच शब्दांची वाट पाहात असल्याप्रमाणं दोघंही तिथल्या कोचावर बसली. त्याच क्षणी सँडविचेस, काजूच्या बशा समोर आल्या.
'आई, आत्ता खाता येणार नाही.'
'न यायला काय झालं? घे खाऊन, मंडळी थांबतील जरा वेळ.'
असंही कुणीतरी सांगायला हवं होतं. दोघांनी बशा हातात घेतल्या.
पण जेमतेम खाऊन होतं न होतं तो कानांवर शब्द आले,
'पाह्यलंस?– स्वत:च्या रिसेप्शनला स्वत:च खातोय.'
प्रदीपनं समोर पाह्यलं आणि बशी बाजूला ठेवून त्यानं कान्हेरेला मिठी मारली.
'असला कॉमेंट तुझ्याशिवाय कोण करणार?'
'असू दे, असू दे, आधी बायकोची ओळख करून दे, म्हणजे वेळी-अवेळी चहाची सोय झाली.'
आई तिथंच होत्या. त्या पटकन म्हणाल्या,
'मला आजवर छळलंस तसं सुनेला नाही छळायचं माझ्या.'
प्रदीप ओळख करून देणार तोच समोरून येणाऱ्या तिघाचौघांचं एकदम स्वागत करीत सुरेखा म्हणाली,
'प्रदीप, हे सगळे माझे क्लासमेट्स. हा धीरेन्द्र शहा, हा परमार, हा पानसरे आणि हा...'
एवढं बोलून सुरेखा एकाएकी थांबली.
'सांग सांग.'
'टोपण नावासकट सांगू का रे?'
सुरेखाच्या त्या प्रश्नाबरोबर चौघं हसायला लागले. त्यांच्याबरोबर सुरेखाही हसायला लागली. आणि त्याच वेळी प्रदीपच्या कानांवर शब्द आले,
'या मुलीशी याचं लग्न झालं?–'
'My goodness! याचं आयुष्य काही खरं नाही.'
प्रदीप गर्रकन फिरला. मागं कान्हेरे आणि त्याच्यामागं एक अनोळखी गृहस्थ. प्रदीपनं चटकन कान्हेरेला जवळ ओढलं. तेवढ्यात 'आलोच' असं म्हणत तो

अनोळखी गृहस्थ खाली उतरला.
'अरे त्याला थांबव, थांबव.' प्रदीप ओरडला.
कान्हेरे म्हणाला,
'तो जायचा नाही. तुझी ओळख करून देण्यासाठी मीच त्याला मुद्दाम आणलाय्.'
'अरे मग तो गेला का?'
'येईल, येईल, गाडी वाटेत पार्क करून आलाय.'

'प्रदीप तुझी ओळख...'
रिसेप्शन संपेतो ही सर्कस चालूच राह्यली. पण नंतरच्या त्या समारंभात प्रदीपचं मन नव्हतं. तीन तास सतत उभं राहून जेवढा थकवा आला नव्हता तेवढा थकवा, साखळकर नामक अनोळखी माणसाच्या त्या एका वाक्यानं आला होता. 'त्याचं आयुष्य काही खरं नाही'– हे वाक्य डायसवर फेकून गेलेला कान्हेरेचा मित्र पुन्हा फिरकलाच नाही. गाडी वाटेत पार्क केल्याचा तडाखा त्याला ताबडतोब मिळाला होता. कुणीतरी एकानं गाडीला धडक दिली होती आणि मग ते निस्तरताना, प्रदीपची ओळख करून घेण्याचं साखळकरनं लांबणीवर टाकलं होतं.

अर्थात् प्रदीपला यातलं काहीच माहीत नव्हतं. पाच पाच मिनिटांनी तो कान्हेरेला विचारीत राह्यला,
'तुझा तो दोस्त कुठाय?'
'येईल ना. जातोय कुठं?'
आणि नंतर साखळकरला शोधायला गेलेला कान्हेरेही परत आला नाही.

रिसेप्शन संपवून, देवळात जाऊन रात्री साडेदहा वाजता प्रदीप घरी परतला. आल्याबरोबर त्यानं प्रथम फोनकडे मोर्चा वळवला.
पलीकडून कान्हेरेचा आवाज आल्यावर त्याला हायसं वाटलं.
'मी प्रदीप बोलतोय्.'
'अरे नवल आहे! तू अजून गेला नाहीस?'
'कुठं?'
'हनीमूनला?'
'एवढ्यात?'
'भले! आता कंबर कसून कामाला लागलं पाह्यजे. मधेच मित्राची आठवण कशाला?'

'मित्राचीसुद्धा नाही. मित्राच्या मित्राची.'

'कोण?'

'ओळख करून देईन म्हणालास?...'

'सिम्पली ग्रेट! तो सख्या तुला एवढा आवडला का?'

'काय म्हणालास?'

'साखळकर रे! आम्ही सगळे 'सख्या' म्हणतो.'

'बरं. तो आत्ता कुठं भेटेल?'

'सांगणं कठीण आहे.'

'का?'

'त्याचे तीनचार क्लब ठरलेले आहेत. एक दिवसाआड कुठल्या ना कुठल्या क्लबात मित्राकडं पार्टी असते. का?'

'मला तो हवाय्. महत्त्वाचं काम आहे.'

'तूही लेका और आहेस! ओळख नसलेल्या माणसाकडं काम? तेही केव्हा? रात्री दहानंतर! तेही कधी? रिसेप्शन झाल्याबरोबर!'

'अरे पण!'

'रिसेप्शननंतर तातडीचं काम म्हणजे फक्त हनीमूनच असू शकतो.'

'माझं ऐक...'

पण तेवढ्यात कान्हेरेनं फोन खाली ठेवला.

हा कान्हेरे एक यूसलेस मित्र आहे. भलत्या वेळी भलती थट्टा. म्हणे हनीमून! Impossible!

या मुलीशी लग्न झाल्यानं माझं आयुष्य काही खरं नाही ना?- मग तसं का?- हे आधी सख्याला विचारीन.

हनीमून नंतर.

'हनीमून नंतर' असं म्हणत प्रदीपला नाइलाजानं गाडीत बसावं लागलं. इतरांना उघडपणे कारण काय सांगणार? बहिणीनं बांधाबांध केली. पूर्वसूचनेप्रमाणं शोफर दाराशी गाडी घेऊन आला. नकार कधी द्यायचा? आणि कारण कोणतं सांगायचं?

कुपे.

डब्यात ती आणि तो.

पुरुषांनीच पुढाकार घ्यायचा असतो म्हणे... हे प्रदीपलाही माहीत आणि सुरेखालाही. आत्ता आपल्या खांद्यावर मागून हात पडेल असा विचार करीत सुरेखा झपाट्यानं

मागं पडणाऱ्या एकेका स्टेशनाकडं पाहात होती.
आणि प्रदीप?
तिच्या सडपातळ, आकर्षक, पाठमोऱ्या आकृतीकडं नुसता बघत बसला होता. खिडकीच्या चौकटीत एखाद्या पोर्ट्रेटसारखी ती बसली होती. अंगावर तलम वस्त्र, त्यातून दिसणारी तिची धूसर आकृती. मान. कानांतले हलणारे इअरिंग्ज. लांबलचक शेपटा. गजरा. काहीशी उत्सुक, बरीचशी भांबावलेली नजर...
पण...
आपल्या आयुष्याचं ही बाई काय करणार आहे? हिनं आजवर हिच्या आयुष्यात काय केलं असेल?
छे!– साखळकर भेटायला हवाच होता.
त्याला खूप काही माहीत आहे.
पण असं काय काय असू शकेल?
दुष्ट स्वभाव?
तो मग आपल्या सहवासानं निवळेल. लग्नानंतर मुली बदलतात. आणि माझ्याशी ती दुष्टपणा असा कोणता करील?– आपण चांगले वागत राह्यलो तर तिला चांगलं वागावंच लागेल. म्हणजे मग आयुष्य बिघडण्याचं कारण नाही.
दुसरं काही असू शकेल का?
एखादी व्याधी?
शरीरावर एखाद्या भलत्या जागी कसला तरी डाग?
असू दे.
असला तर आपल्याला तो आता दिसेलच.
पण म्हणजे याचा अर्थ साखळकरला तो माहीत आहे.
म्हणजे मग साखळकर आणि...
हिचं विवाहपूर्व आयुष्य तसं असेल?
खूप मित्र.
प्रेमप्रकरण.
किंवा नुसतं प्रकरणच.
प्रकरणच.
कितपत गंभीर?
एखादा अतिरेकी प्रसंग?
मूल?
आश्रम?
छे! काय वाटेल ते विचार येताहेत.

And that bloody sakhalkar is responsible!

एकाएकी जाग आली. प्रदीप पाहतो तो सुरेखा खोलीत नाही.
अंगावरचं पांघरूण झुगारून देत तो उठला. अशा या गुलाबी थंडीत, आयुष्यातलं एक नवं सुख उलगडत असताना, ही कुठं गेली? चढलेली नशा हिला एवढ्या लवकर झुगारून द्यावीशी वाटली? कालची पहिलीच रात्र. संकोचत, लाजत, मोहरून जात तिनं साथ चांगली दिली.
पुढं या झाडाला मोहर किती येणार आहे याची झलक पहिल्या रात्रीनं दाखविली. अंगावर कुठंही तसला डाग नाही.
साखळकराचा एकेका प्रांतात पराभव होत आलाच आहे.
आता स्वभाव राह्यला.
खरंच. ही कुठं असेल?
प्रदीप गॅलरीत आला, तर शून्यात नजर लावून सुरेखा शांत बसलेली.
प्रदीपची तिला चाहूलही लागली नाही. पाच मिनिटं प्रदीप नुसता उभा राहिला. त्या पाच मिनिटांत सुरेखानं कोणतीच हालचाल केली नाही. प्रदीप जवळ जाऊन उभा राहिला.
'सुरेखा!'
तिनं लक्ष दिलं नाही.
'सुरेखा...'
'मला काही वेळ एकटीला बसू द्या.'
'तुला काय होतंय्?'
'काही नाही.'
'माझं काही चुकलं का?'
'काहीही घडलेलं नाही, मला फक्त एकटीला बसायचं आहे. मला एकांत हवा आहे.'
प्रदीप खोलीत परतला.

पहाटे चार ते सात... तब्बल तीन तास सुरेखा एकटीच गॅलरीत बसली होती. दुसऱ्या दिवशी याच गोष्टीची पुनरावृत्ती घडली. प्रदीपनं खोदखोदून विचारलं. सुरेखानं दाद दिली नाही. उरलेला मुक्काम आणि पुढचा दौरा प्रदीपनं रागाच्या भरात रद्द केला. सुरेखानं त्यालाही हरकत घेतली नाही...

'आई, सुरेखानं माझ्यापुढं फार मोठा पेच निर्माण केला आहे.'

प्रदीपच्या या वाक्यानं आई घाबरली. तातडीनं हातातलं काम टाकत त्या प्रदीपच्या जवळ आल्या. लग्न होऊन आठच दिवस झालेले. आठ दिवसांत, नवीन आलेली मुलगी पेच निर्माण करते, म्हणजे काय करते? अंदाज घेऊन त्या म्हणाल्या,

'मी साधारण कल्पना करू शकते.'

'तुलाही अनुभव आला ना?'

प्रदीपनं उतावळेपणानं विचारलं.

'अजून तसा आला नाही, पण लवकरच येईल. अर्थात तुला जो अनुभव येईल तोच मला येईल असं नाही.'

'बस् बस्, जास्त सांगायची काही आवश्यकता नाही.' असं म्हणता म्हणताच प्रदीपनं फोन उचलला.

'फोन कुणाला करतोयस?'

'नंतर सांगतो.'

आई प्रदीपकडं पाहात पाहात निघून गेल्या.

'हॅलो...'

पलीकडून प्रतिसाद आला.

'कान्हेरे... हॅलो... मी प्रदीप बोलतोय.'

'सिम्पली ग्रेट! केव्हा आलास?'

'कालच.'

'का रे? मुक्काम आटोपता?'

'Yes...'

'का पण?'

'भेटल्यावर सांगेन.'

'बायकोशी भांडलास की काय?– तसं असेल तर चहा प्यायला यावंच लागेल.'

'तुला आयुष्यात दुसरं काही दिसतं का?'

'प्रदीप...'

'बाबा रे, मला इतर भकायला वेळ कमी आहे. माझं काम कधी करतोस?'

'कसलं?'

'साखळकराची ओळख.'

'ते काम कसं मस्तीत करायला हवं.'

'म्हणजे कसं?'

'Let us arrange drink party.'

'मला एवढ्या संथपणी जमणार नाही.'

'मग काय करू?'

'त्याचा फोन नंबर दे.'
'घे.'
'सांग.'
'थ्री, एट, फाईव्ह, नाईन, थ्री, टू.'
'थँक्यू!'
प्रदीपनं लगेच तो नंबर फिरवला.
'Is this थ्री, एट, फाईव्ह, नाईन, थ्री, टू.'
'Correct.'
'I want to speak to Sakhalkar.'
'He is out of station please.'
प्रदीपच्या तोंडून पटकन् शब्द गेला.
'असं?'–
त्याबरोबर नकळत तिकडूनही मराठीत उत्तर आलं,
'ऑफिसच्या कामासाठी दिल्लीला गेले आहेत.'
'केव्हा येतील?'
'आठ दिवसांनी.'
'बाप रे?'
'काही निरोप आहे का!'
'दिल्लीचा नंबर सांगू शकाल का?'
मधे जरा वेळ गेला; आणि मग उत्तर आलं,
'तुम्ही तुमचा नंबर देऊन ठेवा. तासाभरात कळवतो.'
पण तेवढ्यात प्रदीपनं स्वत:ला सावरलं. हा फारच उतावळेपणा होईल असं उमजून तो म्हणाला,
'It's alright.'

फोन संपताच आई पुन्हा आल्या.
काय झालं सांग आता.
'आठच दिवस थांब, सगळं समजणार आहे.'

थांबणं हा प्रकार किती भयंकर आहे– असतो, याचा प्रदीपला येणारा अनुभव, हा पहिलाच नव्हता.
दोनच वर्षांपूर्वी त्याच्या वडिलांच्या छातीतून कळांवर कळा यायला लागल्यावर डॉक्टरांना बोलावण्यात आलं होतं. कार्डिओग्रॅम काढताना आणि 'नॉर्मल' शब्द

येईपर्यंत जे थांबावं लागलं तेवढ्या काळात आपल्याला एक अ‍ॅटॅक येईल असं त्याला वाटून गेलं.
इथं आठ दिवस थांबायचं होतं.
मधे केव्हातरी आईनं पिच्छा पुरवलाच.
'काय काय झालं सांग.'
'मग सांगेन.'
'वरवर दिसायला सगळं ठीक वाटतंय. तुझं कुठं बिनसतंय् तेच कळत नाही.'
प्रदीपनं जे वाटलं ते सांगितलं. त्यावर थट्टेवारी नेत आई म्हणाल्या,
'इतकंच ना?– अरे राजा, नव्या घरी आलं की मुलींचं असंच होतं. त्या काही दिवस तऱ्हेवाईक होतात. नंतर सावरतात, रुळतात. सगळं व्यवस्थित होतं. तुझ्या वडिलांना मी काय कमी छळलं होतं का?'
'आई, तुझी केस निराळी होती.'
'हिचं पण तसंच समज.'
'सध्या समजतो. आठ दिवसांनी बाकी सगळं समजणार आहेच.'
ते आठ दिवस फार म्हणजे फार वाईट गेले. जेवणात, कामात, गप्पागोष्टींत, सिनेमात, फिरण्यात, नवलाईच्या संसारात... कशातही सुख नव्हतं.
कान्हेरेला फोन करून प्रदीपनं अक्षरश: छळलं.
आणि मग दहाव्या दिवशी कान्हेरेनं प्रदीपला, कान्हेरेनं साखळकराला, प्रदीपनं कान्हेरेला, साखळकरनं प्रदीपला असे दिवसभर फोन चालले होते.
संध्याकाळी प्रदीपची आणि कान्हेरेची अशा दोन गाड्या कारमायकेल रोडला वळल्या.
दोघं खाली उतरले. धडधडत्या छातीनं, थरथरत्या हातानं प्रदीपनं बेल वाजवली. प्रदीपच्या या अवस्थेकडं कान्हेरे आश्चर्यानं पाहात होता. लग्न झाल्यास हा प्राणी असा का वागतोय हे समजणं त्याच्या शक्तीबाहेरचं होतं.
दार उघडलं गेलं नाही.
पुन्हा बेल. तरी सामसूम.
तेवढ्यात फुलं घेऊन पाठीमागून माळी आला.
'काय रे कृष्णा, घरात कुणी नाही?'
माळी म्हणाला,
'सायेब हायत् नव्हं का? जोर करूनश्यान बेल द्या. सायेब थेट मागल्या अंगाला हायती.'
प्रदीपनं बेलवर बोट ठेवलं. आता दार उघडलं जाईपर्यंत बेल वाजवतच राहायचं. आणि दुसऱ्याच क्षणी आतून शब्द आले.

'अरे, अरे एवढी बेल वाजवणारा कोण आहे? My goodness! या माणसाचं आयुष्य काही खरं नाही.'

प्रदीपचा हात गळून पडला.

कथा संपताच दुनियाझाद म्हणाली,

"ताई, मला ही कथा फार साधी वाटली.''

"बरोबर आहे. वरवर ही कथा साधीच वाटते. पण दुनियाझाद, परीक्षित राजाला प्रथम बोरातली अळी निरुपद्रवीच वाटली होती. ही कथा तशीच आहे. एका अनोळखी माणसाच्या निसटत्या वाक्यावर संसार संपल्याची भावना पुरुषाला होणं हे चिन्ह नक्कीच चांगलं नाही. असं एकदा संशयानं घर केलं की...''

"पण ताई, प्रथम-प्रथमच ही भीती असते. एकदा संसाराला प्रारंभ झाला, मनं एकरूप झाली, सहवासानं जोडीदाराची ओळख पटली...''

"सखे, संशयानं एकदा समजूतदारपणाची वाट अडवली की माणूस सत्य जाणून घेण्याचा खटाटोप करीत नाही. माणूस किती आडमुठा होतो हे जयश्रीच्या कथेवरून तुला कळेल.''

"सांग.''

"सुनीलच सांगतोय असं समज.''

एवढं सांगून शहराझादनं प्रारंभ केला.

गोष्ट आठवी / त्याचं नाव तो

त्याचं नाव तो. बस्, इतकंच. मी कोणतंही नाव आणि आडनाव याची सांगड घातली, तर तशा नावा-आडनावाचा माणूस कुठंतरी असेल. त्याचे मित्र त्याला 'तुझ्यावर' कथा 'लिहून' आली आहे असं म्हणतील का?

बहुतेक नाही. त्याच्यासारखा तोच. दुसरा निर्माण होणार नाही.

परमेश्वराच्या नेमक्या स्वरूपाबद्दल मी काहीच संकल्पना करू शकत नाही; पण निसर्गाचा चमत्कार ठिकठिकाणी जाणवतो. माणसाचा साधा अंगठा. स्टँप पेपरवर अंगठ्याचा शिक्का उमटल्यावर तो किती इंच बाय किती इंच असेल?

करोडो माणसं पृथ्वीच्या पाठीवर आहेत; पण एका ठशासारखा दुसरा नाही. जेमतेम

पाऊण इंच बाय दीड इंच एवढ्या आकारात इतके पॅटर्न्स निर्माण करणाऱ्या निसर्गानं कॉम्प्युटरचाही पराभव केला आहे. आपल्या हाताच्या अंतरावर हा चमत्कार आहे. त्याचं अस्तित्व इतक्या लहानलहान गोष्टीतूनच मानावं लागतं; पण त्या अंगठ्याकडे लक्ष जावं लागतं आणि तो एक चमत्कार आहे, हे जाणवावं लागतं. म्हणूनच, त्या माझ्या मित्राचं नाव तो. भेटतो क्वचित. कॉलेजात प्राध्यापक. माझा मुलगा त्याचा विद्यार्थी.

मित्र या शब्दापाठोपाठ काही बाबी आपण गृहीत धरतो. सातत्यानं भेटी होत असतील, भेट नाही तर निदान फोनवर समाधान, बऱ्याच गोष्टी एकत्र येऊन करणं, वगैरे, वगैरे. त्याची आणि माझी मैत्री तशी नव्हती; पण त्याला ओळखणाऱ्या काहीजणांकडून, तो वेगळा आहे, इथपासून विक्षिप्त, अबोल, घुम्या इथपर्यंत, आणि मग माणूसघाण्या, चक्रम, अहंकारी अशी विविध माहिती माझ्यापर्यंत आली. अशाच एका परिसंवादाला मला कुणीतरी ओढून नेलं.

विषय होता तो माझ्यासारख्या बडबड करणाऱ्या माणसाला न पेलणारा. 'मौनाचं सामर्थ्य'. सर्वांत शेवटी तो बोलणार होता. त्याप्रमाणे तो उभा राहिला. शेवटी बोलणारा वक्ता, परंपरेनं आणि कधी कधी त्याच्या अधिकारानं श्रेष्ठ मानला जातो. सगळ्यात शेवटी बोलण्यात कधी धोका तर कधी फायदा असतो. पहिले वक्ते एक तर आपले सगळे मुद्दे पळवतात, हा धोका, तर कधी कधी पहिले वक्ते तुम्हाला नवे मुद्दे पुरवतात. आपलं भाषण आपोआप तयार होतं. 'मौन' या विषयावर किती बोलता येतं, ते आज कळत होतं. खरं तर आता एक शब्द ऐकायची इच्छा नव्हती. तरी हे चिरंजीव बोलणार.

तो उभा राहिला. दोनशे-अडीचशे माणसं गप्प झाली. दहा-पंधरा सेकंद... वीस... पंचवीस... सेकंदच; पण काळ मोठा वाटला. पंचवीस सेकंद, गुणिले अडीचशे माणसं, चार तासांचा अवधी झाला. याला बोलता येतं की नाही, असा प्रश्न पडला. तो न बोलता उभाच राहिला. मग प्रेक्षक एकमेकांकडे बघायला लागले. मग चुळबूळ सुरू झाली. शेवटी एकानं टाळी वाजवली. पहिल्या टाळीचीच सगळे वाट पाहत होते. नंतर टाळ्यांचा पाऊस पडला; आणि हळूहळू थांबला. मग तो म्हणाला, ''मित्रांनो, मी बोलायला प्रारंभ कधी करतो, याची वाट बघत आपण गप्प बसलात. हॉलमधली शांतता मीही अनुभवली. तुमच्यापैकी काहींच्या मनात, 'मी गप्प का?' इथपासून अनंत प्रश्न उभे राहिले असतील. मनातल्या मनातही विचार न करणं म्हणजे मौन. त्या अवस्थेपर्यंत तुम्ही पोहोचलात म्हणजे 'मुनी' झालात. मला इतकंच 'मौन' या विषयाबाबत सांगायचं आहे.''

तो एवढंच बोलला. सभा जिंकून गेला. 'मौनाचं सामर्थ्य' हा विषय. तेव्हा या विषयाचा श्रोताही सामान्य नव्हता. आधीचे पाच वक्ते फार वेळ थांबले नाहीत.

पांडित्य आणि विद्वत्ता यातला फरक स्पष्ट झाला होता.
मी पुढे होत, त्याला नमस्कार केला.
''फार म्हणजे फारच कमी बोललात.''
''बोललो तेही मला जास्त वाटलं. शांततेची प्रचिती प्रत्येकाला आल्यावर बोलायचं कशाला?''
''व्यक्तिगत संभाषण आवडेल का?''
माझ्याकडे पाहत तो म्हणाला, ''चालेल.''
तेवढ्यात व्यवस्थापक म्हणाले, ''गाडीची व्यवस्था केली आहे.''
''आम्ही गप्पागोष्टी करीत जातो.''
दोघंही निघालो. दहा मिनिटं न बोलता चालत राहिलो. मग मीच प्रारंभ केला.
''फार कमी बोलतात, तरी ते पूर्ण वाटलं.''
''माझ्या बोलण्याचा सवालच नव्हता. मी बोलण्यापूर्वी जी शांतता पसरली होती तेच खरं भाषण होतं. मी फक्त इशारा केला. प्रचिती प्रत्येकानं घेतली होती; पण अनेकांना ती प्रचिती होती, हे ध्यानात आलं नाही. कधी कधी 'तो अनुभवाचा क्षण तुमचा होता,' हे दुसऱ्या माणसानं दाखवून द्यावं लागतं. माझं ते कार्य यशस्वी झालं. त्यानंतरचा मग प्रत्येक शब्द अर्थहीन झाला असता. उद्या कुणीतरी 'गुलाबाचं फूल' या विषयावर भाषण ठेवलं तर? –तर काय बोलणार?''
त्या क्षणी माझ्या डोळ्यासमोर, पांढऱ्या, पिवळ्या, गुलाबी, लाल, गर्द लाल गुलाबापासून थेट गुलकंदापर्यंत अनेक प्रकार येऊन गेले.
''तुम्ही काय बोलला असतात?''
तो म्हणाला,
''मी दोनशे गुलाबांची फुलं आणून प्रेक्षकांना वाटली असती. गंध, रंग, स्पर्श इतक्या माध्यामातून, शब्दाशिवाय ते बोललं असतं; तेही प्रत्येकाशी वेगवेगळं. दोनशे वक्ते त्यावर बोलले असते.''
मी नुसतं आश्चर्यानं पाहिलं. तो म्हणाला,
''प्रत्येकाच्या हातातल्या फुलानं, त्या त्या माणसाला भूतकाळात नेलं असतं. फुलं, गजरे, माळा, झरे, नद्या, डोंगर, चांदणं, पाऊस, प्रत्येकाचा वेगवेगळा असतो. म्हणूनच तो मौनातून जास्त जवळ येतो. निसर्गानं निर्माण केलेल्या कोणत्याही निर्मितीला शब्दात बसवता येत नाही; कारण भाषा नव्हती, शब्द नव्हते, त्याच्यापूर्वी हे सगळं वैभव होतं.''
तो माझ्या मनात ठसला. खूपदा वाटायचं, आपण त्याच्याकडे जावं; पण मौनाची महती सांगणाऱ्या व्यक्तीला केवळ आपण जाण्यानं बोलायला का लावायचं? एखाद्याच्या घरी आपलं आगमन आपण लादत आहोत का, याचा विचार जाणाऱ्यानं

करायचा असतो. आमंत्रण मिळालं तर गोष्ट वेगळी. तिथंही आपण, 'कोण बोलवतंय?' याचा विचार करतोच. याचा म्हणजे स्वत:चा. स्वत:च्या खुषीचा. दोन-तीन आमंत्रणं एकाच वेळी आली तर, आपल्याला जास्तीत जास्त सोयी, सुखाचं कुठे वाटेल, ते आपण प्रथम पाहतो. कुणी 'जाता-येता गाडी पाठवतो' म्हणाला, तर 'नथिंग लाइक दॅट.' मग त्या संमेलनात, एखादा अजूनही ब्रिटिशांच्या राजवटीतला असेल, तर आपण त्यालाही टॉलरेट करतो. खरं तर आपला सातत्यानं शोध चालतो तो मित्रांचा नव्हे, तर स्वत:च्या आनंदाचा. आपलं मन प्रेमानं ओतप्रोत वाहत नाही. तसं असतं तर प्रत्येक परिचिताकडे 'ही त्याची निर्मिती' असं आपण मानलं असतं. प्रेमाचा पाऊस झेलता, झेलता ओंजळी थकून गेल्या असत्या.

The Moment you start analysing the other person, you can't love him.

त्याच्याकडे मला जावं लागलं, ते मोठ्या विचित्र प्रसंगापायी. आमचे सुपुत्र कॉलेजमधून आले ते वेगळ्याच मन:स्थितीत. त्यानं मला आणि स्मिताला हाका मारायला सुरुवात केली. आम्ही समोर आलो. त्यानं आमचे दोघांचे हात धरले, आम्हाला समोर बसवलं. आपला मुलगा आज आपल्याशी मनमोकळेपणानं बोलतोय, या धक्क्यातून सावरायच्या आत हेमंतनं प्रारंभ केला.

"आज आमच्या कॉलेजमध्ये एक वाईट गोष्ट झाली. मी तर जाम आऊट."

"काय झालं?"

"सुनीता नावाची एक 'चिकन तंदुरी' आमच्या क्लासमध्ये आहे."

"चिकन तंदुरी?"

"ती स्वत:ला चिकनी समजते. पोरं भाव देतात, ती खाते. 'शाहरुख खान' तर मरतो तिच्यावर."

"आता हा शाहरुख खान कोण?"

"माझ्याच क्लासमध्ये; पण मी त्याला 'क्लासमेट' समजत नाही. बडे बापका बेटा. मुळातच मला शाहरुख खान आवडत नाही. जयाप्रदा, श्रीदेवी किंवा मादीसाठी त्याला टॉलरेट करायचं."

हेमंतच्या आईनं त्याला मध्येच विचारलं, "मादी कोण?"

"मादी म्हणजे माधुरी दीक्षित. मला तर सगळ्याच देखण्या नट्यांची, त्यांना शाहरुख बरोबर वाट्टेल त्या गोष्टी करायला लागतात, म्हणून कीव येते."

हेमंतची आई फिरकी घ्यायची म्हणून म्हणाली, "तुला सिनेमात जायचंय का?"

"मुळीच नाही."

"का?"

“डान्सच्या नावाखाली वीस-पंचवीस मुलं जे ड्रिल करतात, आय हेट दॅट. त्यात भर म्हणजे त्या घोडीसारख्या मुलीला उचलून घ्यायची. ते कसं जमणार?”
“व्यायामाचं महत्त्व कळलं?” मी हेमंतच्या वर्मावर बोट ठेवलं. त्याला काही वाटलं नाही. उलट तो म्हणाला,
“डॅडू, याही वयात तुमची बॉडी सॉलिड आहे. लग्नानंतर तुम्ही ममीला कधी उचलली होती का?”
हेमंतला फटका मारून सौ. आत गेली. माझी वाचाच गेली. सौ. डँबिसच. ती पॅसेजमध्ये उभं राहून मला खुणावीत राहिली.
लग्नाच्यानंतर पंधराच दिवसांनी मी तिला स्वयंपाकघरातून बेडरूमपर्यंत उचलून आणली होती. पाठीत उसण भरली. पंधरा दिवस आडवा, डॉक्टर माझी एक्स-रे प्लेट बघत असताना ‘स्लिप डिस्क’पर्यंत अनेक विचार मनात येऊन गेले.
सौ. मला अजून चिडवत होती. ‘मीच त्याला सांगते’, अशा अर्थाची तिनं खूण करताना मी तिला गप्प करायची म्हणून उठलो.
“मुख्य म्हणजे झालं, ते तुम्ही ऐकलंच नाहीत, कमाल आहे.”
“कमाल आमची की तुझी?”
“कॉलेजमध्ये वाईट घटना घडली, इथून सुरुवात केलीस आणि एकदम शाहरुख...”
“त्याचं नाव काढू नका. तो असाच पचका करतो. सध्या एकच हिरो खरा. सनी देओल.”
“मी जाऊ?”
“थांबा ना. आईला येऊ दे.”
मी स्मिताला हाक मारली.
“आम्हाला फिलॉसॉफी नावाचा भंकस विषय आहे. हा दांडी मारायचा टॉपिक; पण आम्ही सगळे प्रोफेसरांसाठी थांबतो.”
“एखादी प्राध्यापिका असेल,” स्मितानं टोलावलं.
हेमंत दुर्लक्ष करीत म्हणाला,
“प्राध्यापकच आहेत; पण पूछो मत. त्यांच्या चालण्यात, बोलण्यात, शिकवण्यात काय ग्रेस आहे. ‘आँधी’ या पिक्चरमधला संजीवकुमारच. नो वर्ड.”
“किती लांबण लावणार आहेस?”
स्मितानं विचारताक्षणी हेमंत थांबला. एकाएकी बदलला. त्याच्या डोळ्यांच्या कडा पाणावल्या. स्मितानं त्याला थोपटलं.
“आमच्या सरांचं हस्ताक्षर अफाट आहे. फळ्यावर, तेही खडूनं लिहिणं चेष्टा नाही. त्या नंतरच्या पीरियडला येणाऱ्या सरांना तो फळा पुसवत नाही. आमचे सर अर्धा

तास शिकवतात आणि तास संपेपर्यंत सारांश लिहून काढतात. 'हे एवढं ध्यानात ठेवलंत तरी चालेल,' असं म्हणत जातात.''

हेमंत थांबला. त्याचा चेहरा पुन्हा बदलला. आता बहुतेक तो रडणार. हेमंतचं हे दर्शन मला प्रथमच घडत होतं. सध्याच्या हिंदी चित्रपटातून वीस-पंचवीस मुलांच्या थयथयाटाला हेमंत नृत्य मानीत नाही, हे ऐकताक्षणी, आमच्या पिढीतल्या झाडाची एकतरी डहाळी जिवंत आहे, याचा मला आनंद वाटला होता. वैजयंतीमाला, मधुबाला, कक्कू, शशिकला, वहिदा यांचे खानदानी चित्रपट डोळ्यांसमोरून सरकले होते. हेमामालिनी पण त्यात आली. त्यांची परंपरा चालू ठेवणारी श्रीदेवी आणि 'लम्हे' चित्रपट समोर तरळून गेला. नजर पुन्हा हेमंतकडे गेली. आपला सुपुत्र भावनाप्रधान आहे, हा एक छोटा बसलेला धक्का. त्यानं प्रारंभ केला.

''नेहमीप्रमाणेच सर फळ्यावर मजकूर लिहित होते. आणि अचानक चिकन तंदुरी जाग्यावरून उठली. 'सर' अशी तिनं हाक मारली. सरांनी वळून पाहिलं. हातातला कागद टेबलावर आपटून ती ओरडली, 'हे घ्या तुमचं प्रेमपत्र आणि हे त्याचं उत्तर', असं म्हणत ती जवळ गेली. सरांच्या गालावर सणसणीत थप्पड मारून ती जाग्यावर जाऊन बसली.''

''काय सांगतोस?''

''सगळा वर्ग बर्फाच्या गोळ्यासारखा गार पडला होता. काय घडलंय याचं आकलन झालं. मग प्रत्येकाची चुळबुळ, कुजबूज आणि शेवटी गोंगाट.''

''सरांनी लगेच वर्ग सोडला असेल.''

''डॅड, तो माणूस ग्रेटच आहे. त्यांनी सगळ्यांना शांत केलं आणि स्थितप्रज्ञाप्रमाणे ते म्हणाले, ''आजचा टॉपिक पुरा करू. काही घडलं नाही, असं समजा.''

हेमंतला मी पुढे काही विचारलंच नाही; पण हेमंतच्या आईनं प्रोफेसरांचं नाव विचारलं. ते नाव ऐकल्यावर, हेमंतनं काहीही न करता मीच उडालो. खूप अस्वस्थ झालो. आई आणि वडील यांच्या खालोखाल 'गुरू' असं मानणाऱ्यांची आमची पिढी. मला तर आजही बालशिक्षण मंदिरचे चिंचोर, भावे स्कूलमधले नी.वा. किंकर, प्रिन्सिपॉलपासून आठल्ये, पाटसकर, वाय.जी. पटवर्धन, रा.बा. कुलकर्णी, मोत्याप्रमाणे हस्ताक्षर असलेले शुक्ल, असे कितीतरी सर आठवून गेले. या मातीच्या घड्याला कितीजणांनी घडवलं याचं स्मरण झालं.

गदिमा म्हणतात त्याप्रमाणे, 'कुंभारासारखा गुरू नाही रे जगात, वरी घालतो धपाटा, आत आधाराला हात.'

संपूर्ण जगात, ज्यांनी ज्यांनी 'शिक्षक' हा आपला पेशा नसून, तो आपला 'धर्म'

मानला, त्यांनी किती धडे समाजाला अर्पण केले याला गणना नाही. गदिमा त्याच काव्यात सहजी लिहितात,
'घट पावती प्रतिष्ठा, गुरू राही अंधारात.'
खरं तर अंधारात राहिलेले, हे असेच आत्मे अमर; पण त्यांच्या नशिबी, 'नाही चिरा नाही पणती' या काव्यपंक्ती. परमेश्वरी अस्तित्वाचा दाखला, कुंभाराच्या रूपकातून देण्याचा प्रतिभाझंकार फक्त गदिमांजवळ.
गदिमा हा एक अवतारच होता. परांजपे-गदिमा गेल्यापासून मनात रेंगाळेल अशी एकही चित्रकथा पडद्यावर आली नाही. या पिढीवर संस्कार 'मायकेल जॅक्सनचे'. तेवढी तरी उंची गाठा, मग काही म्हणणं नाही.
ती कोण 'चिकन तंदुरी' आज सगळ्या कॉलेजमध्ये गाजली असेल. काहींनी धिक्कारही केला असेल. धिक्कार करणं म्हणजेही ते दखल घेण्यासारखंच झालं. आत्ताही मी त्या न पाहिलेल्या तंदुरीचा निषेध करतोय, म्हणजे नेमकं काय करतोय? माझी अवस्था पाहून स्मिता बैचेन. तिनं भानावर आणलं.
''आपण एवढं अस्वस्थ होऊन काय फायदा?''
तिच्या प्रश्नाला उत्तर न देता मी उठलो. कपडे बदलले.
''आत्ता कुठे?''
''हेमंतच्या प्रोफेसरांना भेटून येतो.''
''त्यांची मन:स्थिती...''
''त्यासाठीच जातोय.''
मी सरळ त्याच्या घरी गेलो.
''तुम्ही का आला आहात, ते मी ओळखलं. या बसा. मस्तपैकी चहा घेऊ.''
पत्नीला हाक मारीत त्यानं ओळख करून दिली – ''ही सुभद्रा.''
''वा, नाव छान आहे. लग्नानंतरचं का?''
''येस्.''
''वहिनी, तुम्हाला हे नाव आवडलं?''
''मीच त्या नावाचा आग्रह केला होता.''
''सुपर्ब.''
तो म्हणाला,
''तेच महत्त्वाचं. आपण ज्या नावानं हाक मारणार, त्या नावानं बायकोनं साद तर द्यायला हवी.''
''वादच नाही.''
''सुभद्रा...''
''समजलं. दोन कप मस्तपैकी 'कमिंग'चा चहा ना?– आलेच.''

“कमिंगचा चहा? नवा ब्रँड? प्रथमच ऐकतोय. अजून टी.व्ही. वर एखादी आचरट जाहिरातही नाही पाहिली.”
“कमिंगचा चहा म्हणजे ‘आलं’ घालून चहा.”
“आल्याचा चहा.”
आमचा चहा संपला.
“झालेल्या प्रकाराबाबत तुम्ही काय करणार?”
–न राहवून विचारलं.
तो समोरून उठला. त्यानं ड्रॉवरमधून एक प्लॅस्टिकचं फोल्डर आणलं. त्यातला एक कागद माझ्या हातात देत तो म्हणाला, “हे माझं हस्ताक्षर.”
माझी नजर हरवली. मला फक्त हस्ताक्षरच दिसत होतं. मजकूर कळत नव्हता. ते एक चित्र होतं. मी कागद परत केला.
“तुम्ही कागद पाहिलात, वाचला नाहीत.”
मग मी मजकूर वाचला, पण अर्धाच. अर्वाच्य भाषा, गलिच्छ शृंगाराच्या कल्पना...
“नाही वाचवत.”
“आता हा कागद बघा.”
तोच मजकूर, तीच भाषा. फरक होता तो एकाच बाबतीत. या कागदावर एक रबरी शिक्का होता आणि कुणाची तरी सही. मी तोही कागद परत केला.
“माझ्या लक्षात आलं नाही.”
“आता दोन्ही कागद एकदम बघा. काही फरक दिसतो?”
“नाही बुवा.”
“सुनीता शेंडेला लिहिलं गेलं, ते हे पत्र. त्याच्यावर शिक्का आहे. मी त्या पत्राची कॉपी केली. सरकारी हस्ताक्षरतज्ज्ञ असतात, त्यांच्याकडून सर्टिफिकेट घेतलं. कोणत्या विद्यार्थ्यानं हा उद्योग केलाय्, ते मला माहीत आहे. उद्या प्रिन्सिपॉलना भेटेन.”
“त्यांच्यापर्यंत बातमी गेली?”
–तेवढ्यात सुभद्रावहिनी बाहेर आल्या. तो म्हणाला,
“मला वर्गाबाहेर मामला न्यायचा नव्हता; पण तो गेलाच. प्रिन्सिपॉलच्या ऑफिसमध्ये ती उभी. प्रिन्सिपॉलनी गेल्या गेल्या विचारलं.”
“ही सांगतेय ते खरं की खोटं?”
“मी उद्या दुपारी खुलासा करीन,” एवढं सांगून बाहेर पडलो. उद्या हे दोन्ही कागद त्यांच्यासमोर ठेवीन. दॅट्स ऑल.”
वहिनींनी विचारलं,

''खाजगी नसेल – म्हणजे तुमच्या दोघांपुरतं – तर काय झालंय, ते मला कळेल का?''
मी त्याला विचारलं,
''वहिनींना कल्पना नाही?''
''ज्या घटनांशी इतरांचा संबंध नाही, त्याची मी चर्चा करीत नाही.''
मी माझं मत सांगायचं ठरवून म्हणालो, ''मला जरा वेगळं सांगावंसं वाटतं. पत्नीला अर्धांगी मानलं जातं. मला 'अर्धांगी' शब्दापेक्षा 'अर्ध्मनी' म्हणावंसं वाटतं. आपल्या पत्नीला जे काही घडतं ते नवऱ्याकडूनच समजावं. इतरांकडून जे कानावर पडतं त्याला विकृत स्वरूप प्राप्त होतं.''
त्याची भूमिका चोख होती. तो लगेच म्हणाला, ''पत्नीचं रक्षण करणं, हा पतीचा धर्म आहे. हे रक्षण अनेक पातळीवरचं असतं. रक्षण म्हणजे काय? –तर क्लेशमुक्त आयुष्य. तिला मानसिक क्लेशही द्यायचे नाहीत.''
''मला यांची तत्त्वं कधीच पटली नाहीत. एका माणसानं उच्च मूल्यं बाळगण्यात काय अर्थ आहे? आजूबाजूचा समाज तसा आहे का? माझा विचार नंतर करा. पत्नीचं रक्षण वगैरे ठेवा बाजूला. काय घडलंय ते मला सांगा. मग मी पाहते.''
तो गप्प होता. मी थोडक्यात कल्पना दिली. सुभद्रावहिनींनी त्याला विचारलं.
''त्या विद्यार्थिनीचं नाव सांगा.''
''पुढे?''
''तिच्या सोसायटीत जाऊन तिच्या चार कानफटात मारते. समोरच्या माणसाची पारख करण्याची अक्कल नसेल तर कॉलेज वगैरे कशाला हवंय, विचारते.''
त्यानं शांतपणे विचारलं, ''असं केलं म्हणजे काय होईल, असं तुला वाटतं?''
''तिला तिची योग्य जागा समजेल. तिनं कॉलेजात चारचौघांसमोर तुमची अवहेलना केली, मी तिची अख्खी इमारत गाजवून सोडते. त्याशिवाय मला चैन पडणार नाही.''
त्यानं विचारलं, ''तिला अद्दल घडवायची आहे की तुला तुझ्या मनाचं समाधान करून घ्यायचं आहे? नक्की काय ते ठरव.''
''मला माझं समाधान हवं आहे.''
माझ्याकडे बघत तो म्हणाला,
''यालाच दृष्टिकोन म्हणतात. आपल्यासमोर आपला हेतू स्पष्ट असावा, म्हणजे मार्ग चुकत नाही. सुभद्रा म्हणते त्या उपायानं शत्रुत्वाची भावना वाढत जाईल. माझी पुन्हा कशी जिरवता येईल याची सुनीता वाट बघेल. ती आत्मपरीक्षण करणार नाही.

समोरच्या व्यक्तीमध्ये संपूर्ण कायापालट घडवून आणायचा असेल तर त्याचे मार्ग वेगळे आहेत; आणि त्यासाठी मी योग्य उपाय करतोय. मी उपाय करतोय म्हणण्यापेक्षा, मी कॉलेजच्या प्रिन्सिपॉलसमोर माझ्या हस्ताक्षरातलं पत्र आणि सरकारी शिक्का असलेली नकली प्रत त्यांच्यासमोर ठेवीन. सुनीताला शिक्षा करायचा अधिकार त्यांचा आहे.''

सुभद्रावहिनी चिडून म्हणाल्या,

''माझा नवरा लाख माणूस आहे; पण सध्याच्या समाजात शोभणारा नाही. 'टोल्यास प्रतिटोला' ही आजची भाषा आहे. प्रतिटोला दिल्यामुळे लगेच आपले प्रतिस्पर्धी वाढतील असं समजण्यात काही अर्थ नाही. इतर माणसंही घाबरून असतात, ते यांना पटत नाही. आणि यांचं संस्कारक्षम मन समाजाला कळत नाही.''

तो हसत हसत म्हणाला, ''समाजाचं सध्या राहू दे, आपला इतके वर्षं संसार झाला. तुला समजलं असलं तरी पुष्कळ झालं. समाजाचं आणि आपलं किती तासांचं नातं असतं? या उलट आपण दोघं कायम एकमेकांच्या सहवासात असतो. इथं एकवाक्यता झाली तरी खूप आहे.''

''तुम्ही वेगळे, मी वेगळी. शंभर टक्के एकमेकांचे विचार एकमेकांना पटतील ही अपेक्षाच चुकीची आहे.''

''अशी अवास्तव अपेक्षा मी कधीच बाळगली नाही. आत्ता जे घडतंय, त्याचा आपण विचार करू. भर वर्गात माझा अपमान झाला. तुला ही वार्ता आत्ता समजली. मी शांत आहे, आणि तुझी तडफड होत आहे. माझ्या जडणघडणीप्रमाणे तूही शांतचित्त असतीस तर या सगळ्या प्रकाराकडे एक इव्हेंट म्हणून पाहू शकली असतीस. हे एवढं सगळं तुला पटविण्यात आत्ताचा क्षणही वाया गेला नसता.''

एवढं बोलून माझ्याकडे पाहत तो सुभद्रेला म्हणाला, ''आज आपल्याकडे हे पहिल्यांदाच येत आहेत. आपण इतर वेगवेगळ्या विषयांवर बोलू शकलो असतो. दुपारी कॉलेजमध्ये जे काय घडलं, त्याचा मी योग्य मार्गानं परामर्ष घेईन याबद्दल तू निश्चिंत राहिली असतीस.''

त्याची भूमिका जाणून घेण्यासाठी मी उतावीळ झालो होतो. म्हणून मीच तो विषय पुढे वाढवला. त्याच्या हातावर हात ठेवीत मी विचारलं, ''मला हा विषय लांबवायचा नाही; पण यासारख्या घटनांकडे तुम्ही कोणत्या दृष्टिकोनातून बघता हे ऐकायला मला आवडेल.''

''तुमचे हेतू पहिल्यांदा स्पष्ट हवेत. आज त्या सुनीतानं भर वर्गात माझ्या तोंडात मारली. चुका करीत करीतच माणूस शिकतो. चूक झाल्यानंतर शिक्षा करण्याचे मार्ग अनेक असतात. शिक्षा सुडापोटी करायची की मत परिवर्तनासाठी, याबद्दल

स्पष्ट कल्पना हव्यात. आपण मतपरिवर्तन घडवून आणू शकलो, तर आपण एक व्यक्तिमत्त्व घडवू शकतो. माणसाचं मनच जेव्हा स्वत:ला आरोपीच्या पिंजऱ्यात उभं करतं, तेव्हा 'पीनल कोड'मध्ये सांगता येणार नाही अशी शिक्षा तो स्वत:ला करीत राहतो. अपराधाची भावना आणि पश्चात्तापाचे अश्रू यासारखी शिक्षा नाही. यातूनच माणूस बदलू शकतो. सुभद्रा म्हणते त्याप्रमाणे सुनीताची नाचक्की तिच्या इमारतीत होईल. पण पुढे काय? त्यातून आपल्याला काय मिळणार? आज वेगवेगळ्या नेत्यांची वर्तमानपत्रांतून हजामत होते आहे. त्यांना लाज आहे का? राज्यकर्ते बदलले का? सुनीताच्या आयुष्याचा हा प्रारंभ आहे. तिच्यातली द्वेषाची भावना वाढवायची की नाहीशी करायची? शिक्षक म्हणून माझा धर्म कोणता? मोरानं पिसारा फुलवला म्हणजे त्याची चोच, डोळे दिसेनासे होतात. क्षमेचा, अनुकंपेचा पिसारा इतका विशाल व्हावा की समोरच्या माणसाचा गुन्हा झाकला जावा, जितका मोठा गुन्हा त्याच्या दीडपट पिसारा हवा.''

''तुम्ही पोलीसखात्यात गेला नाहीत हे बरं झालं. नाहीतर...''

''तो सर्वस्वी वेगळा प्रांत आहे. एखादा खुनी करून करून किती खून करील? – तो प्रश्न आपण दूर ठेवू. हत्यार न वापरता, फक्त एका वाक्यानं, टोमण्यानं, निव्वळ हातवारे करून किंवा जळजळीत कटाक्ष टाकून आपण किती हत्या करतो, याचा हिशेब कुणी करतो? समोरच्या माणसाच्या चेहऱ्यात थोडं बारकाईनं पाहा. धारदार जीभ आणि शब्दांचा प्रहार यापायी असंख्य घायाळ मनं अवतीभवती दिसतील. खऱ्या अर्थानं अहिंसक असतं ते मौन.''

त्याच्या घरातून मी बाहेर पडलो, तेव्हा माझी मन:स्थिती विलक्षण झाली होती. ज्याची बुद्धी स्थिर झालेली आहे, तो माणूस किती शांत असतो त्याचं मला प्रत्यक्ष दर्शन झालं होतं. मनातल्या मनात मी कमालीचा अस्वस्थ होतो. एखाद्या व्यक्तीशी जबरदस्त भांडण झाल्यावर काही वेळ आपलं मन तडफडत राहतं. भांडण संपलेलं असतं, वैर संपलेलं नसतं. मनातल्या मनात आपण त्या भांडणाची उजळणी करत राहतो. काही मुद्दे ऐन वेळेला आठवले याचा आपल्याला आनंद होतो, तर काही गोष्टी योग्य वेळेला, त्याचा आवाज बंद करण्यासाठी का आठवल्या नाहीत? याबद्दल स्वत:चा राग येतो. 'लाकडं जेवढी ओली, तितके दिवस धूर येत राहतो.'

मध्ये दोन दिवस गेले, आणि चिरंजीवांनी म्हणजे आमच्या सनी देओलने – बातमी पुरवली, कॉलेजच्या प्रिन्सिपॉलने त्या कुण्या शाहरुख खानला कॉलेजमधून काढलं होतं. त्या रात्री मी पुन्हा त्याच्याकडे गेलो.

त्यानं नेहमीप्रमाणे स्वागत केलं, पायातल्या चपला काढता काढता मी त्याला

विचारलं, ''तुमचं अभिनंदन करू का?''
माझा आवाज ऐकून सुभद्राबाई बाहेर आल्या.
''अभिनंदन करायचं असेल, तर माझं करा, त्यांचं नको.''
मी त्याच्याकडे पाहिलं, तो म्हणाला ''शिक्षा करण्यावर माझा विश्वास नाही. म्हणजे शिक्षा करूच नये, असे नाही. फरक आहे, तो पद्धतीमध्ये. तुम्हाला सांगितल्याप्रमाणे, मी प्रिन्सिपॉलसमोर दोन्ही पत्रं ठेवली. माझ्या नावानं नकली पत्र पाठवणारा विद्यार्थी शोधणं फार अवघड नव्हतं. प्रिन्सिपॉलनं पहिल्यांदा सुनीताकडून माफीपत्र लिहून घेतलं. ते पत्र कॉलेजच्या नोटीस बोर्डवर लावायचं, हा त्यांचा विचार होता. इतकंच नव्हे, तर तिलाही सहा महिने कॉलेजमध्ये येण्याची ते बंदी करणार होते. मी त्यांना थांबवलं.'' मध्येच सुभद्राबाई म्हणाल्या,
''हे तर त्या शाहरुख खानला देखील क्षमा करायला निघाले होते. मग नाही मी गप्प बसले. मी प्रिन्सिपॉलांना भेटले, म्हणून त्या शाहरुख खानची हकालपट्टी झाली.'' मी त्यांना विचारले, ''तुम्ही सुनीताला तसंच का सोडणार होतात?''
माझ्या प्रश्नाला त्यांनी प्रतिप्रश्न केला, ''तुम्हाला सगळं कसं कळलं?''
''चिरंजीव अधूनमधून आमच्याशी बोलतात.'' तो एकाएकी उठला, टेबलाच्या ड्रॉवरमधून त्यानी एक डायरी काढली. त्यात काहीतरी नोंद करीत तो मला म्हणाला, ''तुमचा क्रमांक एकशे अठरा.'' गोंधळून जाऊन मी विचारलं, ''माझ्या लक्षात आलं नाही. क्रमांक प्रकार काय आहे?'' त्यानं खुलासा केला.
''मी बरेच दिवस एक सर्व्हे करत आहे. किती घरातून मुलं त्यांच्या आई-वडिलांशी मोकळेपणानं बोलत नाहीत, याची मी पाहणी करत आहे.''
''तुम्ही म्हणता ती गोष्ट खरी आहे, मीसुद्धा विचार करतो, की आमचं असं काय चुकलं म्हणून आपला मुलगा आपल्याशी मोकळेपणाने बोलत नाही.''
तो म्हणाला, ''More you Talk, More You Commit. म्हणूनच जितक्याचं तितकं संभाषण ठेवायचं.''
मी हिरिरीनं म्हणालो, ''अगदी करेक्ट. त्यांच्या स्वातंत्र्यावर आम्ही कोणतेच बंधन आणत नाही, तरीसुद्धा बाहेर जाताना 'जरा जाऊन येतो', 'हा आलोच', 'रात्री बऱ्यापैकी उशीर होईल' या पलीकडे संवाद होत नाहीत. तुमच्या घरामध्ये तुमचा एकमेकांशी चांगला संवाद असेल, असं मला वाटतं.''
सुभद्रावहिनी म्हणाल्या, ''तो माझ्याशी सगळं बोलतो, त्यांच्याशी कामापुरतं. त्याची-माझी मतं जुळतात.''
मी त्यांना म्हणालो, ''मी स्पष्ट बोलतो म्हणून रागावू नका. माझी मतं, मी आपल्याला सांगावी एवढी आपली मैत्री व्हायची आहे.''
त्या पटकन् म्हणाल्या, ''तुम्ही खुशाल बोला. मला काही वाटणार नाही.''

“तुम्ही तुमच्या मिस्टरांना, विचारवंत समजता; पण त्याच वेळेला ते सध्याच्या समाजात शोभत नाहीत असे म्हणता, इथेच नेमकी अडचण आहे, असं मला वाटतं.”

आम्हाला दोघांना थांबवीत तो म्हणाला, “तिच्याशी का जमतं आणि माझ्याबरोबर जितक्यास तितकं नातं का असतं, याचं गणितासारखं उत्तर काढता येणार नाही. मुळातच आयुष्य हे गणित नाही. ती एक कला आहे. माणसाचा विकास व्हावा म्हणून आयुष्य हा एक दिलेला अवसर आहे. म्हणूनच कोणत्याही माणसाला चौकटीत बसवता येत नाही. बागेतली झाडंझुडपं माळ्यानं ठरवलेल्या आकारानं वाढतात. जंगलातली झाडं, स्वत:च्या मनाप्रमाणे विकास करून घेतात. एका ठिकाणी आखीव सौंदर्य आहे, तर जंगलात मुक्त विहार आहे, म्हणूनच बागेतील फेरफटका मारताना आपण कुठलीच सावधगिरी घेत नाही. जंगलातलं सौंदर्य पाहताना थोडं स्वत:लाही सांभाळावं लागतं. माणसाचंही थोडंफार असंच आहे. प्रत्येक माणसाकडे बघताना, आपल्याला स्वत:चा पॅटर्नसुद्धा बदलावा लागतो. सुभद्रेचं आणि माझ्या मुलाचं पटतं म्हणजे काय? ती फक्त ऐकते. विरोध करत नाही. स्वत:ची मतं सांगत नाही. एका परीने ते योग्य आहे.” आश्चर्य वाटून मी विचारलं, “ते कसं काय?” तो म्हणाला, “अगदी साधा हिशेब आहे. तुम्ही तुमच्या मुलाला वळण लावता म्हणजे नक्की काय करता?”

“तुमचे विचार त्याच्यावर लादता. तुम्ही ठरवलेल्या साच्यात मुलांना बसविण्याचा प्रयत्न करता. मुलांमध्ये आणि आपल्यामध्ये कमीत कमी पंचवीस वर्षांचं अंतर असतं याचा अर्थच हा की, आपल्या जगण्याच्या संकल्पना, अनुभव पंचवीस वर्षांनी जुने झालेले आहेत. पूर्वीचा काळ असा नव्हता. जे काही संस्कार होत असत, ते फक्त घरातल्या वडीलधाऱ्या माणसांकडून. त्या संस्कारांना बाजारातल्या हवेचं प्रदूषण झालेलं नव्हतं. आज परिस्थिती नेमकी उलटी आहे. घरामध्ये हवामान असतं, तर बाहेरच्या जगात वादळी वारे असतात. हे वारं एकदा अंगात घुसलं, म्हणजे घरातलं वातावरण गढूळ आणि जुनाट वाटू लागतं. बाहेरच्या वादळाचे दुष्परिणाम समजायच्या आत हल्लीची पिढी वादळाच्या वेगानेच पागल होते. गतीमध्ये एक धुंदी असते, नशा असते. आपली पिढी त्यांना शांत राहायला सांगते; कारण शांतीतलं समाधान आपण अनुभवलेलं असतं. हेच नेमकं मुलांना पटत नाही. इथूनच फाटे फुटतात. ‘एवढी धावपळ कशाकरीता करतोस?’ या तऱ्हेचे प्रश्न आपण विचारतो. गतीची नशा चढलेला तरुण त्याचं स्पष्टीकरण करू शकत नाही. विश्लेषण करायचं ते त्याचं वय नसतं. घराचं आणि मुलाचं नातं थोडंफार रेल्वे आणि स्टेशनसारखं असतं. उद्या एखादं स्टेशन गाडीला म्हणालं,

“आता आली आहेस तर इथंच थांब. धापा टाकीत का उगीच धावपळ करतेस? नुसतं पळण्याने काय मिळणार आहे? मी अनेक वर्षं एके ठिकाणी शांत आहे. सुखात आहे.”

यावर रेल्वे स्टेशनला म्हणेल,

“धावण्यातली लज्जत तुला कधीच कळणार नाही. मी आले म्हणजे तू ‘ये’ म्हणायचंस, निघाले म्हणजे ‘जा’ म्हणायचं. मी कधी कधी वेळेवर येईन, तर कधी कधी दहा-बारा तास उशिरा येईन. तू कारण विचारायचं नाहीस. ‘कुठे रंगली होतीस?’ याची चौकशी करायची नाही.”

अशा चौकश्यांना सामोरं जायला नको, म्हणून सध्याची पिढी संवादच टाळते. क्रियापदात बोलायचं, ‘जरा जातोय’, ‘उशिरा येईन’, ‘हा आलोच’ असं नातं ठेवलं की त्यांचं आयुष्य सोपं होतं.”

त्याच्या प्रत्येक वाक्यावर विचार करीत करीत मी घरी आलो. माझ्या घरामध्ये काही पेच निर्माण झाला तर त्यावर त्यांनी कुठला उपाय केला असता हे विचारण्यासाठी त्याच्याकडे अनेकदा जावंसं वाटलं; पण मी गेलो नाही.

मी नेमका किती दिवस गेलो हे मी मोजले नाही; पण आमचे चिरंजीव धावत धावत आले, धापा टाकत तो म्हणाला, “डॅड, एक वाईट बातमी आहे, सरांच्या मुलाला ॲक्सिडेंट झाला.”

छातीवर हात ठेवत मी त्याला म्हणालो, “कसा? आणि कोठे?”

“शिरीष मोटरसायकलवरून चालला होता, चौकात तो उजवीकडे वळला आणि समोरून येणाऱ्या गाडीनं त्याला उडवलं, डोक्याला मार लागला आहे.”

“आता आहे कोठे?”

“केतन नर्सिंग होममध्ये त्याला ठेवलं आहे.”

एक क्षण न थांबता मी धाव घेतली. केतन नर्सिंग होममध्ये मी गेलो. काऊंटरवर चौकशी केली, १४ नंबरच्या खोलीत गेलो. हळूच दार उघडलं. त्याचा मुलगा संपूर्ण बँडेज बांधलेल्या अवस्थेत शांत झोपला होता. कदाचित बेशुद्धही असेल. कॉटच्या शेजारी ठेवलेल्या खुर्चीवर तो मुलाकडे पाहत बसला होता. मी मागून जाऊन त्याच्या खांद्यावर हात ठेवला, तो शांत होता. म्हणजे केवळ चेहऱ्यावरूनच शांत वाटत होता. आत समुद्र खवळलेला असेल याबद्दल मला शंका नव्हती. मीच प्रारंभ केला.

“आतापर्यंत अनेक जणांनी तुम्हाला या अपघाताबद्दल प्रश्न विचारून हैराण केलं असेल. मी कोणतीही माहिती विचारत नाही. मी फक्त जवळ थांबणार आहे.”

आम्ही दोघंही दहा मिनिटे काहीही बोललो नाही. त्याला बोलावंसं वाटून त्यानेच सुरुवात केली.

“शिरीष समोरून येत होता. म्हणजे ट्रॅफिकच्या दृष्टिकोनातून तो डाव्या लेनमध्ये होता. मी उजवीकडच्या फुटपाथवरून येत होतो. शिरीषने मला पाहिले आणि सिग्नल न देता त्याने मोटरसायकल अचानक उजवीकडे वळविली. साहजिकच माझ्या दिशेने जाणाऱ्या गाडीने त्याला उडवलं. चूक माझ्या मुलाची आहे. आपण पटकन निसटून जाऊ असं कदाचित तेव्हा त्याला वाटलं असेल. ज्या गाडीने उडवलं त्याचा काही अपराध नाही.”

“कोणी गाडीचा नंबर वगैरे घेतला?”

“तो माणूस भला होता. त्याने गाडी थांबविली. शिरीषची मोटरसायकल त्याने स्टँडला लावली, तोपर्यंत मी तेथे पोहोचलो. आम्ही दोघांनी शिरीषला उचललं आणि कॉर्नरवरच्या दुकानात आणलं. दुकानाचा मालकही काऊंटर सोडून पाण्याचा ग्लास घेऊन आला. गाडीच्या मालकाने प्रथम त्याचं व्हिजिटिंग कार्ड मला दिलं आणि तो मला म्हणाला, ‘आपण पटकन याला नर्सिंग होममध्ये घेऊन जाऊ.’ नर्सिंग होमला आम्ही त्याच्या गाडीतूनच आलो. इतका वेळ तो थांबला होता. मी त्याला मोकळेपणानं सांगितलं, “जो प्रसंग घडला तो मी बघितला, तुमची काही चूक नाही, माझी काही तक्रार नाही. पोलीस, चौकशी वगैरे भानगडी वाढायच्या आत तुम्ही गेलात तर बरं होईल.” जाता जाता तो म्हणाला, “तरीसुद्धा काही लागलं तर कळवा.”

पुन्हा दहा मिनिटं आम्ही गप्प राहिलो, मी विचारलं, “वहिनी कुठं आहेत?”

“इतका वेळ इथंच होती. बहुतेक केमिस्टकडे गेली असावी. तिनं प्रथम तिच्या भावाला कळवलं. तोही तातडीनं आला. आता ऑपरेशन थिएटरमध्ये शिरीषच्या डोक्याला टाके घातले. शुद्धीवर यायला आणखीन सहा तासांचा अवधी लागेल असा डॉक्टरांचा अंदाज आहे. सुभद्रेच्या भावाने अर्थातच ॲक्सिडेंट कसा झाला, हे विचारलं. मुख्य म्हणजे गाडीवाल्याचं नाव विचारलं. न बोलता मी त्या गाडीवाल्याचं व्हिजिटिंग कार्ड त्याच्या हातात ठेवलं, ‘दॅट्स फाईन’ इतकंच बोलून तो सुभद्रेला बाहेर घेऊन गेला.”

तेवढ्यात डॉक्टर आले. त्यांनी कसलंसं इंजेक्शन दिलं. झोपलेल्या शिरीषचा डोळा उघडून, डोळ्यावर टॉर्चचा प्रकाश टाकून काहीतरी बघितलं असावं. त्याच्या खांद्यावर थोपटून डॉक्टर म्हणाले, ‘डोन्ट वरी’ आणि गळ्यातल्या स्टेथोस्कोपशी खेळत डॉक्टर बाहेर पडले. –त्यानंतर १५ मिनिटांनी एक गृहस्थ आत आले. त्यानं ओळख करून दिली.

“हे प्रभाकर दामले. म्हणजे सुभद्रेचा भाऊ.”

मी त्याला शेकहँड केला. तो लगेच म्हणाला,

“त्या माणसानं व्हिजिटिंग कार्ड दिलं ही सर्वांत मोठी चूक केली. मी त्याला आता

लोळवतो. मोटर ट्रॅब्यूनल ॲक्टखाली दावा लावतो. किमान दहा लाख तरी वसूल करतो.''

''प्रभाकर, ऐकायचं असेल तर ऐका. चूक माझ्या मुलाची होती. मला कोर्ट-कचेऱ्या या भानगडी नको आहेत.''

''यू डोन्ट वरी! तुम्हाला एकदाही मी कोर्टामध्ये यायला लावत नाही. मी आणि सुभद्रा बघून घेऊ.''

प्रभाकरकडे हताशपणे पाहत तो म्हणाला, ''सिग्नल न देता शिरीष पटकन उजवीकडे वळला ते मला पाहून आणि ही घटना ट्रॅफिक पोलीस आणि अनेकांनी प्रत्यक्ष पाहिली आहे.''

प्रभाकर म्हणाला, ''ट्रॅफिक पोलीस वगैरे बाजूला ठेवा. शिरीषने सिग्नल दिला आणि मगच तो वळला असं शपथेवर सांगणारे दहा लोक उभे करतो. तुम्हाला जरी पैशांशी कर्तव्य नसलं तरी मी माझ्या बहिणीचा विचार करतो.''

तो म्हणाला, ''आय हॅव नथिंग टू से.'' प्रभाकर दामले वकिलाच्या तोऱ्यात बाहेर पडला.

शिरीष दुसऱ्या दिवशी सकाळी शुद्धीवर आला. मी रात्री मुक्काम करणार होतो; पण त्यांनी मला घरी जायला भाग पाडलं. सकाळी आठ वाजताच मी पुन्हा नर्सिंग होमवर गेलो आणि त्यानंतर सातत्याने २० दिवस, दिवसातले जितके तास नर्सिंग होममध्ये घालविता येतील तेवढे तास मी त्याला सोबत म्हणून जात राहिलो. कधी कधी त्याच्यासाठी घरून डबाही नेत होतो. २१ दिवसांच्या कालावधीत त्यानं नर्सिंग होम सोडलं नव्हतं आणि आश्चर्य म्हणजे मी जितके तास त्याच्या सहवासात राहिलो तेवढ्या काळात सुभद्रा वहिनी मला फक्त एक-दोन वेळाच दिसल्या. त्या २१ दिवसांत आम्ही काय बोललो हे सांगण्यापेक्षा आम्ही गप्प किती तास राहत होतो याचाच हिशेब ठेवायला हवा होता. जित्याजागत्या माणसांचा नुसता सहवास किती आधार देतो आणि न बोलता किती सांगता येतं याचा जणू काही त्या कालावधीत मी कोर्सच घेतला. इगतपुरीच्या विपश्यना केंद्रात दहा दिवस कोणालाही बोलू दिले जात नाही, असं म्हणतात. त्याची झलकच मला त्या २१ दिवसांत मिळाली.

शिरीषला डिस्चार्ज मिळाला. डोक्याला जखम झालेली असतानाही कोणतीही विकृती त्यातून निर्माण झाली नाही, हे त्याचं भाग्य.

मध्ये सहा महिने गेले. अधूनमधून मी फोन करून शिरीषची चौकशी करीत राहिलो आणि तो अचानक आता समोरूनच आला. मध्ये बराच काळ गेला होता. तिथल्याच एका कॅफेमध्ये आम्ही दोघंही गेलो. स्वाभाविकच माझा पहिला प्रश्न शिरीषबद्दल होता. तो समाधानाने म्हणाला, ''एकदम नॉर्मल आहे. अपघाताची

कोठे खूणही राहिलेली नाही आणि त्याहीपेक्षा महत्त्वाचं म्हणजे अपघाताच्या मानसिक धक्क्यातूनही तो सावरला, असं म्हणायचं.''

''पुन्हा मोटरसायकल चालवायला लागला?''

''हो. व्यवस्थित नेहमीसारखा. आणि माझ्या मते तेच आवश्यक आहे.''

''तुम्हाला काळजी नाही वाटत?''

''काळजी करायची नसते. काळजी घ्यायची असते. आणि तीही ज्याची त्याने. स्वयंपाक करताना घरातल्या घरात किती तरी वेळा बायकांचे हात भाजतात, या कारणाकरिता त्यांनी जर स्वयंपाक करायचा नाही असं ठरवलं तर?''

''मला न आवडणारा एक प्रश्न विचारू?''

''जरूर.''

''तुमच्या त्या प्रभाकर दामलेला यश मिळालं का?''

''मिळालं.''

''त्याच्या अपेक्षेप्रमाणे माझ्या बायकोला हवी तेवढी रक्कमही मिळाली. एका भल्या माणसावर अन्याय झाला.'' एवढं बोलून मान उडवीत तो म्हणाला, ''जाऊ दे. आपण भूतकाळातलं काहीही बोलू या नको. आत्ताचा क्षण वाया का घालवायचा? खूप दिवसांनी भेट झाली. काही वेगळं बोलू या.''

त्याच्या या विधानावर, वेगळं म्हणजे काय बोलायचं असा मला प्रश्न पडला आणि काही तरी विषय हवा म्हणून त्याला विचारले, ''तुम्हीच सांगा, सध्या काय चाललं आहे?''

''कॉलेज आणि लेक्चर.''

''तुम्हाला पुन्हा आवडणार नाही; पण मला राहवत नाही. अन्याय सहन होत नाही, मग तो कोणावरही झालेला असो. जे विचारतो ते तळमळीने विचारतो. सुनीताचं पुढे काय झालं?''

''सुनीता आई-वडिलांसहित माझ्या घरी येऊन गेली. माझ्या पाया पडली. आई-वडिलांनी क्षमा मागितली आणि आज तिचे वडील माझे छान मित्र आहेत. क्षमा केल्यामुळे आज मी एक माणूस जोडला.''

''वहिनींना पटलं?''

''मी, मला पटतं ते करतो. फक्त ज्या गाडीने शिरीषला उडवलं त्या व्यक्तीकडे अजून जाऊ शकलो नाही. शेवटी वकील ते वकीलच असतात. खऱ्याचं खोटं करण्याचाच त्यांचा व्यवसाय असतो. त्याने सांगितल्याप्रमाणे आठ खोटे साक्षीदार उभे केले. माझ्या बायकोने खटला जिंकला. आता फक्त माझ्याबद्दल विचारलं तर नवीन फ्लॅट घ्यायचा म्हणून मी बँकेकडे कर्ज मिळेल काय, याची चौकशी करतोय.''

"अनवधानाने मी विचारले, "शिरीषच्या अपघाताचे..."
मला मध्येच थांबवित तो म्हणाला, "ते पैसे सुभद्रेचे आहेत. माझे नाहीत. मला माझा मुलगा परत हवा होता, तो मिळाला. गेल्या सहा महिन्यांच्या कालावधीत सुभद्रा फक्त कोर्टाच्या फेऱ्या करीत होती. खऱ्याचं खोटं करून मिळविलेला पैसा मी मागणार नाही."
"पण शेवटी सत्य सत्य म्हणतात ते..."
"आपण सत्य आणि सत्य याचाच कायम विचार करतो. आपल्या गप्पागोष्टी म्हणजेसुद्धा भूतकाळात काय घडलं याबद्दलच्या असतात. प्रत्येक जण दुसऱ्या व्यक्तीला माझंच कसं खरं होतं हे सांगण्यासाठी धडपडतो. ज्याला सत्य सत्य म्हणतात, ते समजा तुम्हाला सापडलं; पण या क्षणी त्या सत्याचा काय उपयोग आहे? सत्य या शब्दापेक्षा माणसाने विचार करावा, तो 'तथ्य' या शब्दाचा. सत्यापेक्षा तथ्य माणसाला जास्त जवळचं आहे. कुठल्याही व्यक्तीला स्वत:ची प्रगती करवून घ्यायची असेल तर 'तथ्य' या शब्दावर त्यानं जास्त विचार करावा. हा विचार मनामध्ये ठाम झाला, की भूतकाळ जवळ जवळ पुसला जातो आणि एकदा भूतकाळ पुसला गेला म्हणजे चर्चा करण्यासाठी काही उरत नाही. मग जो क्षण हातात येईल त्या क्षणाचाच उपयोग कसा करायचा याच्याकडे जास्त लक्ष राहील, आणि वर्तमान हा कृती करण्याकरिताच असतो. एवढ्यासाठीच मला सुनीता प्रकरण घरी सांगायचं नव्हतं आणि शिरीषला अपघात झालाय, हे मी आपणहून कोणालाही सांगितलं नाही."
"मला आता वहिनींना भेटावंसं वाटतं."
"केव्हाही भेटू शकता; पण त्यासाठी तुम्ही तिला फोन करा. माझ्याजवळ निरोप वगैरे देऊ नका."
"एनी प्रॉब्लेम?"
"अपघाताच्या फिर्यादीच्या बाबतीत मी कोणतंही सहकार्य दिलं नाही, या कारणासाठी घरामध्ये त्या दिवसापासून अबोला आहे."
"काय सांगता काय? आईने तुमच्याशी बोलावं म्हणून शिरीषने काहीच प्रयत्न केला नाही?"
"त्याने प्रयत्न केला की नाही, मला माहीत नाही; पण मी केला नाही एवढं खरं. आणि तुम्हाला त्याचेही कारण हवे असेल तर त्यावर उत्तर एकच आहे. हा असा अबोला धरण्यात काही तथ्य नाही असं जेव्हा सुभद्रेला वाटेल तेव्हा ती आपणहून बोलेल. तो दिवस उगवेपर्यंत थांबण्याइतका पेशन्स माझ्याजवळ आहे. 'जाणीव' ही अंतर्मनाची प्रोसेस आहे आणि 'समजूत' ही बाहेरूनच घातली जाते. म्हणूनच मी समजुतीच्या भानगडीत पडत नाही. एखाद्या माणसाची अनेक माणसांनी कितीही

समजूत घातली, तरी त्याला पटत नाही. काही काही काड्या सर्द झालेल्या असतात. तसंच माणसाचं मन. कोरडी काडी म्हणजे 'जाणीव.' स्वानुभवाच्या पेटीवर घासताक्षणी पेटणारी आणि याच कारणासाठी सत्य आणि तथ्य या दोन्हीत मी अग्रहक्क देतो तो 'तथ्य' या शब्दाला. सत्यापेक्षाही तथ्य जवळचं आहे. केवळ आपल्याला सत्य सापडलं यात कोणताही आनंद नाही; प्रगती पण नाही. कोणतीही गोष्ट करताना तेवढ्यासाठीच मी ती गोष्ट करण्यात काही तथ्य आहे काय याचा विचार प्रथम करतो, त्या क्षणी मला भूतकाळ राहत नाही.''

''सत्य आणि तथ्य – अजून मला फरक स्पष्ट नाही झाला.''

''मग ऐका. शिरीष एकदम नॉर्मल आहे. 'फिजिकल-मेंटल' नो डिसॉबिलिटी; पण कुणी पाहुणा आला की मध्येच हातवारे करतो, कधी ओरडतो, खिदळतो, रडतो, मग पुन्हा नॉर्मल.''

''पण का?''

''दहा लाख पचवण्याकरता नाटक. अजून इन्क्वायरी होईल, याची दहशत. ही इज ट्रेंड अॅकॉर्डिंगली. तो पाहुणे पाहून नाटक करतो. सुभद्रेच्या दृष्टिकोनातून, त्या नाटकात 'तथ्य' आहे. काही काळ तिला उपयोगी पडणारं. मला त्या 'दहा लाखाशी' काहीच कर्तव्य नाही. 'सत्य' काय हे भले मला माहीत असेल. काय उपयोग आहे? –वैचारिक पातळीवर एकच फायदा झाला, तेही तुमच्याशी आत्ता बोलताना सुचलं म्हणून सांगतो. 'सत्य आणि तथ्य' यात तथ्य श्रेष्ठ असं मी मानतच आलो. कुणी खोटेपणानं वागला तर आपण अनेकदा त्याच त्याच विषयावर बोलतो आणि नेमक्या सत्याचा शोध लागला तरीही त्याची पुनरुक्ती करतो. उगाळत राहण्यात 'तथ्य' काय? – असा प्रश्न मनात येताक्षणी आपण पुढच्या कार्याचा विचार करतो. या क्षणीचा आनंद एवढाच की सुभद्रा, तिचा भाऊ आणि त्यांच्या कारस्थानाला बळी पडलेला शिरीष... या घटनेमुळे मी 'सत्य' आणि 'तथ्य' यातला नेमका फरक उदाहरणासहित सिद्ध करू शकलो. तरीही, ही माहितीच झाली. तुम्हाला 'तथ्य' शब्दाची प्रचिती आली, तर कदाचित तुम्ही मलाही भेटणार नाही पुन्हा. 'तथ्य' आहे का भेटीत? हा प्रश्न कदाचित तुम्हाला थांबवेल.''

एवढ्यासाठीच मी प्रारंभी म्हटलं 'त्याचं नाव तो.' एखाद्या व्यक्तीशी त्याचं नाव आणि आडनाव दोन्हीही जुळलं तर त्याला ओळखणारे 'तुझ्यावर कथा लिहून आली आहे' असं म्हणणार नाहीत. म्हणूनच 'त्याचं नाव तो.'

गोष्ट नववी / एका भित्र्या सशाची गोष्ट

दरवाजावरची बेल वाजली. बर्वे लगबगीनं धावले. मुंबईत मालकीचा ब्लॉक असणं आणि त्या ब्लॉकमध्ये अशी बेल वाजल्यावर दार उघडायला लागणं यात एक डौल आहे. सूक्ष्म आनंद आहे. खोलवर गर्वाचा अंकुर आहे.

अर्थात हे सर्व कुणाला–

तर वयाची पंचेचाळीस वर्षं धकाधकीत गेलेल्या माणसाला.

आणि बर्व्यांच्या बाबतीत तर आजूबाजूला आजवर कौरवच होते. 'सुईच्या अग्रावर राहील एवढीही जमीन देणार नाही' असं बजावणारे कौरव.

एक तर बदलीची नोकरी. तीही वारंवार. बूड त्यापायी स्थिर नाही. संसार लांबून तरी करावा लागायचा, नाही तर जवळ राहून परक्यासारखा. वयाची पंचेचाळिशी आली तरी स्वास्थ्य नाही. श्वास सोडावा अशी आत्ता कुठे निर्माण झालेली परिस्थिती. आता बेल वाजली की हातातलं काम टाकून धावावं लागतं, पण त्यात केवढा तरी आनंद होता.

बर्व्यांनी दार उघडलं. हातात सूटकेस घेतलेला एक अनोळखी गृहस्थ. हातातली बॅग इम्पोर्टेड. दार उघडलं जाताच त्या माणसानं नमस्कार केला. बर्व्यांना बरं वाटलं.

'या.' त्यांनी स्वागत केलं.

आत येण्याऐवजी त्या माणसानं बर्व्यांनाच उलट प्रश्न केला, 'आपण?'

'तुम्ही आत तर या, मग सगळं सांगतो.' बर्व्यांनी ऑफिसरसारखा आवाज काढत म्हटलं.

आता या इमारतीत आपण अधूनमधून असा आवाज काढायला हवा. आपण ऑफिसर झालो आहोत आणि म्हणूनच आपल्याला सरकारतर्फे हा फ्लॅट मिळाला आहे. इत्यादी गोष्टी काही दिवस तरी प्रत्येकाला ऐकवायला पाह्यजेत. आता याला सांगू? हा माणूस जरा बरा दिसतोय.

'या, या, मी एकटाच आहे घरात.'

काहीशा नाइलाजानं तो गृहस्थ आत आला. बर्व्यांनी खूण केलेल्या सोफ्यावर न बसता दुसऱ्या सोफ्यावर बसला.

बर्व्यांनी ते सहन केलं आणि सिलिंग फॅनचा वेग वाढवला. त्या नवागतानं पुन्हा 'आपण?' अशा अर्थानं बर्व्यांकडे पाहताच बर्व्यांना मनापासून आनंद वाटला. आता आपलं शिक्षण, स्पोर्टस्, वेट लिफ्टिंग, मिळवलेले कप, मग वेट लिफ्टिंगपायी

हार्टवर आलेलं प्रेशर, तरीसुद्धा आपण करीत आहोत ती धकाधकीची नोकरी, सरकारी दिरंगाई, लाच, वशिला, तरीसुद्धा आपण घडवून आणलेल्या आपल्या बदल्या, आणि आता, at the age of fortyfive– हा मिळवलेला सहा खोल्यांचा ब्लॉक... हे सगळं सांगता येईल. हे सगळं कसं सांगायचं ते क्रमवार ठरवून ते म्हणाले,

'मी बर्वे. महिन्यापूर्वीच इथं आलो–'

मधेच त्या माणसानं बर्व्यांच्या निवेदनाचा क्रम विस्कटून जाईल असा प्रश्न विचारला,

'तुम्ही इथं आलात तेव्हा या जागेत कुणी होतं का हो?'

'कुणीच नाही. कुलूप होतं फक्त. किल्ली वॉचमनजवळ मिळाली.'

'ओह, आय सी!' इतकं बोलून तो चांगलाच विचारात पडला. त्याच्या चेहऱ्यावर चिंता दिसायला लागली. त्याचा चेहरा हां हां म्हणता बदलला. त्यानं खिशातून एक स्वच्छ हातरुमाल काढला आणि तो चेहऱ्यावरून फिरवला. मग तो एकाएकी उठून उभा राह्यला आणि म्हणाला,

'तुम्हाला तसदी दिली, माफ करा. येतो मी.'

बर्व्यांना त्या क्षणी त्या माणसाचा फार राग आला. पण एरव्ही तो इतका डिसेण्ट होता की त्याच्यावर रागावणंही अवघड होतं. तरी बर्वे म्हणाले,

'जायचं तर जा, पण काय झालं हे तरी सांगाल की नाही?'

'महिन्यापूर्वी तुम्ही इथं आलात तेव्हा या जागेत तुम्हाला कुणीच भेटलं नाही म्हणता, तेव्हा मी काय म्हणू?'

'कोण भेटायला हवं होतं?'– बर्व्यांनी विचारलं.

'माझी बहीण.'

'तुम्ही कोण?'

'तिचा भाऊ'– तो अतिशय भाबडेपणानं म्हणाला आणि स्वत:ची घाई जाणून मोकळेपणी हसला.

त्या हसण्यानं ताण सैल झाले.

'तुम्ही पुन्हा शांतपणे बसा आणि सविस्तर सांगा. तुमच्या हातात बॅग आहे याचा अर्थ तुम्ही गावाहून आला आहात.'

'हो. मी पुण्याहून आलो.'

'तुमचं नाव?'

'मी शांताराम मोडक.'

'तुमची बहीण इथं राहात होती?'

'सख्खी नाही. मावस. पण सख्ख्या बहिणीसारखीच.'

'तिनं ही जागा का सोडली?'

'सोडली?'– असा उलटा प्रश्न विचारून शांतारामनं खांदे उडवले. मान हलवून एखादा अप्रिय विषय झटकावा असं केलं.
'काय झालं?'
'काय काय झालं ते मलाच नीट समजलेलं नाही बर्वेसाहेब. किल्ली देताना गुरखा तुम्हाला काही बोलला का?'
'कशाबद्दल?'
'नाही, तो काय बोलणार म्हणा?– बोलण्यासारखं उरलंच होतं काय?'
बर्वे आता फार अस्वस्थ झाले. समोरचा माणूस खूप काही बोलू इच्छित होता आणि व्यवस्थित काहीच सांगत नव्हता. या जागेत त्याची बहीण राहात होती आणि आता ती इथं नाही. 'होती' आणि 'नाही' या दोन अवस्थांत बरंच काही घडलंय का?
'मि. मोडक, आपण सविस्तर बोलूया. नीट सांगा बरं. तुमची मावसबहीण इथं राहात होती?'
'होय.'
'तिचं नाव?'
'सुजाता बोस.'
'बोस?'
'तिनं बंगाली माणसाशी लग्न केलं होतं.'
'Quite interesting. घरच्यांनी परवानगी दिली होती?'
'संबंध तोडले होते. अपवाद फक्त–'
'शांताराम मोडक.'
'बरोबर.' शांताराम उत्साहानं म्हणाला.
'पुढं?'
'मी कुणाची पर्वा केली नाही. मी सुजाताकडे येत राह्यलो. माझं तिच्यावर फार प्रेम होतं. होतं म्हणजे अजून आहे. तीसुद्धा मला तितकंच मानते. आणखी स्वत: बोस म्हणजे काय लाख माणूस होता– छे, I just can't forget him and I don't want too.'
'बर्वेसाहेब, त्या माणसाचा मोठेपणा जाणण्याइतपत मोठेपणाही आमच्या घरात कुणाजवळ नव्हता हो. आम्ही पक्की पुण्यातली सदाशिवपेठी सगळी माणसं. आमचंही फार चुकलं होतं अशातला भाग नव्हता. असलं तडाखेबंद प्रेम कुणी आमच्या घराण्यात पाह्यलंच नव्हतं. आम्हांला बाजीराव-मस्तानीचं प्रेम म्हटलं की त्यातली 'फायर' समजते. पण सुजाता बोसबाबूंबरोबर गेली म्हणतानाच 'कारटीच्या नावानं घरात आंघोळ' होते. गंमत आहे की नाही?'
बर्वे रंगले. शांताराम मोडक एवढ्या वर्षांनंतरही उफाळून बोलत होता. दिसायला तो

तरतरीत होता. गोरा होता. डोळे घारे होते. घारे डोळे भाबडे नसतात. बिलंदर असतात. जगाला भिणारे नसतात. जग पचवलेले असतात. पण शांताराम मोडक तरीही भाबडा वाटत होता. तो पुन्हा उमेदीनं सांगायला लागला.

'आमच्या नातेवाईकांना बोसबाबू समजले नाहीत हे त्यांचं दुर्दैवं. बाबूजींचं नव्हे. बाबूजी समजायला सात जन्म घेऊनही फायदा नाही. कारण सात जन्मांत बाबूजीसुद्धा आणखी पुढे नाही का जायचे?– हे अंतर तेवढंच राहणार. काय त्यांची विद्वत्ता! वाणी काय?– भाषेचा ओघ कसा? वाहता झरा. बंगाली, मराठी, हिंदी आणि इंग्रजी किती अप्रतिम बोलायचे? प्रत्येक भाषा मातृभाषाच वाटायची. सुजाता उगाच नाही भाळली. प्रेम करावं तर खरोखर अशाच पुरुषावर करावं. संपलं पण सगळं.'

'सगळं संपलं?– म्हणजे काय झालं काय?'

'बोसबाबू गेले.'

'काय सांगता काय? केव्हा गेले?'

'बरोब्बर दोन महिन्यांपूर्वी.'

'कशानं गेले?'

'हार्ट ॲटॅक. अचानक आला आणि तडकाफडकी गेले. हीच वेळ होती. काहीही उपचार करता आले नाहीत. सुजाताला रवीन्द्रनाथांची कविता ऐकवता ऐकवता गेले.'

क्षणभर बर्वे हादरून गेले. माणूस कविता ऐकवताना जातो? याला काही अर्थ आहे का?– अर्थात् केव्हातरी मरायचं आहेच. या दृष्टिकोनातून मग मरायचं असेल तर मात्र असंच मरावं. शांताराम सांगत राह्यला,

'मूळ रक्त बंगाली. ओरिजिनल लाल रंगाचं रक्त. क्रांती करतील तीही रक्तासारखी शुद्ध. आणि बर्वेसाहेब, प्रेम करतील तेही तसंच. काय दोघं वैवाहिक जीवन जगलीत म्हणून सांगू! बाबूजींची हाक जायची खोटी तव्यावरच्या करपणाऱ्या पोळीची किंवा उतू जाणाऱ्या दुधाची पर्वा न करता सुजाता दिवाणखान्यात धाव घ्यायची. दिवाणखाना म्हणजे आपण आत्ता इथं बसलो आहोत इथं. प्लेअरवर एखादं गाणं चाललेलं असायचं. 'एवढी जागा ऐकून जा'– बाबूजी सांगायचे. बाकी काही काम नसायचं. दोघं एकमेकांना घास काय द्यायचे, भांडायचे काय, लहान मुलाप्रमाणं गुदगुल्या करून बेजारही करायचे. आमच्या सुजाताला लग्नापायी सगळे तुटले होते. बाबूजी तिचे यजमान, आई, बाप, भाऊ, मित्र– सबकुछ होते. आता ही पोरगी कुठं गेली असेल कुणास ठाऊक!'

'म्हणजे? तुम्हाला माहीत नाही?'

'कसं असणार?– बाबूजी गेले आणि पाचव्या दिवशी ऑफिसच्या कामासाठी सगळ्या ईस्टर्न कंट्रीजमध्ये जाऊन दोन दिवसांपूर्वी परत आलो. सुजाताला इतक्या

तडकाफडकी जागा सोडावी लागेल असं मला वाटलं नव्हतं.'

'सरकारी नियम आहे ना?' बर्वे सहज म्हणाले.

'खरं आहे. हे आधुनिक रामराज्य आहे. आणि गृहनिर्माण भवन हे सरकारी खातं आहे. इथं एकाचा संसार उद्ध्वस्त करून वार्‍यावर फेकल्याशिवाय दुसर्‍याच्या संसाराला जागा देता येत नाही, याचा मला विसर पडला होता.'

शांतारामच्या तोंडून वाक्य गेलं. आणि स्वतःला सावरता सावरता त्याला कठीण होऊन गेलं.

'बर्वेसाहेब, माफ करा.'

'कशाबद्दल?'

'मी अगदी unknowingly बोललो.'

'मग बिघडलं काय त्यात? खरं तेच बोललात.' बर्वे तितक्याच मोकळेपणानं म्हणाले.

मोडक कोणताही हेतू न ठेवता बोलला होता हे बर्व्यांना समजू शकत होतं. तुम्ही कोण?– या प्रश्नाला 'तिचा भाऊ' हे उत्तर जितकं अजाणतेपणी निसटलं होतं, तितक्याच अजाणतेपणी त्यानं आत्ताचं हे विधान केलेलं होतं. आपण रागावलो नाही हे त्याला कसं पटवायचं?

'माझ्या मनात तसं काही नव्हतं.'

'मी काही म्हणालो का?'

'सुजाताच्या संसाराचं हे असं काही व्हावं हे मला सहनच होत नाही, काय करू?'

'त्या आत्ता कुठं असतील?'

'खरं विचाराल तर तिला घरच नाही.'

'एकही नाही?'

'पहिल्यापासून ती स्वाभिमानी होतीच. त्यात बाबूजींसारख्या कडव्या, प्रेमळ, हेकट, तापट, विशाल, बुद्धिमान– विशेषणं संपतील अशा माणसाशी तिनं सोळा वर्षं संसार केला. शरीरशास्त्राप्रमाणे बारा वर्षांत रक्ताचा थेंब न् थेंब बदलतो. सुजाता किती बदलली असेल विचार करा. ती माहेरी जायची नाही. त्यात माझंही घर आलंच. मित्रमैत्रिणींकडे एकदोन दिवसांसाठीच जाऊ शकेल. फक्त एकच शक्यता आहे, पण तिथं तिनं जाऊ नये.'

'कुठं?'

'बाबूजींचा एक कझिन ब्रदर नेपियन-सी रोडवर राहतो. तेवढं एकच घर आहे. पण सुजाता तिथं न जाईल तर बरं. बर्वेसाहेब, थोडा त्रास देऊ?'

'अवश्य.'

'मी इथं ही बॅग ठेवतो. बसमध्ये घेणार नाहीत. सुजाता भेटते का पाहून येतो.'

'जरूर.'
शांताराम लगेच जायला निघाला.
'अहो, चहा तरी घेऊन जा.'
'नको, तिला कधी भेटेन असं झालंय.'
'Wish you every success!'
'Thank you very much.'

रात्री साडेबारा वाजता– म्हणजे बर्व्यांकडे निजानीज झाल्यावर बेल् वाजली. बर्व्यांच्या मुलानं 'कोण आहे'– असं विचारताच 'मी मोडक' असं उत्तर आलं. 'मोडक कोण?'– असं मुलानं विचारताच बर्व्यांना जाग आली आणि ते त्यांच्या खोलीतूनच ओरडले,
'मुकुंदा दार उघड. त्यांना बसायला सांग. मी आलोच.'
मुकुंदानं दार उघडलं. शांताराम मोडकनी नमस्कार करीत म्हटलं,
'माफ करा, तुम्हाला त्रास दिला.'
'त्यात काय मोठंसं?– बसा.'
'नाही, मी आता बसत नाही. सूटकेस द्या म्हणजे झालं. वडिलांना उठवू नका.'
'ते जागेच आहेत. त्यांनीच बसायला सांगितलंय.'
मोडकांचा मग नाइलाज झाला. मुकुंदा दिवा आणि पंखा लावून त्याच्या खोलीत गेला. मोडक बसून राह्यले. अर्थात त्यांना फार वेळ बसावं लागलं नाही.
बर्वे आलेच आणि पाठोपाठ बर्वे वहिनीही.
'संध्याकाळी आले होते म्हणून म्हणालो ना, ते हे शांतराम मोडक. आणि या आमच्या...'
'लक्षात आलं.'
'बरं, काय झालं?'
'माझा अंदाज खरा ठरला. सुजाता तिकडंच होती.'
'हो का?– सुटलात.'
मोडक विषण्णपणानं हसले.
'काय झालं?'
'सुटलो आणि अडकलोही.'
'म्हणजे कसं?'
'सुजाताची अवस्था बघवत नाही. स्वत: निखिल बोस अठराव्या मजल्यावर राहताहेत आणि सुजाता खाली ग्राऊंड फ्लोअरला.'
'म्हणजे काय भानगड आहे?'

'प्रत्येक फ्लॅटओनरला दोन दोन गॅरेजेस् आहेत. बोसबाबूंकडे एकच कार आहे. राह्यलेल्या गॅरेजमध्ये सुजाता राहात आहे.'
'त्यांना मुलगी आहे?'
'हो आत्ता एफ. वाय. ला आहे. कॉलेज सोडणार आहे. पण वय कमी म्हणून नोकरी मिळत नाही. प्रश्न तो नाही. त्या दोघींना तिथून हलवायला हवं. खाली इतर गाड्यांचे शोफर्स राहतात. सर्व्हंट्स क्वार्टर्स आहेत, तिथं सुजाताला राहावं लागतंय.'
'त्यापेक्षा त्या माहेरी का जात नाहीत? सासरच्या माणसांनी केलेले अपमान गिळण्यापेक्षा...'
'माहेरच्यांचे गिळावेत असंच ना?– बर्वेसाहेब, तसं व्हायचं नाही. ती फार मानी आहे. आणि आमची माणसं फार वाईट वागली आहेत तिच्याशी. बोसबाबू गेले तर कुणी तिला भेटायलाही नाही आलं. बंगाल्याशी लग्न केल्यावर दुसरं काय होणार?– असं बोलणारी मीनमाइंडेड माणसं आमची. जाऊ दे. बोलावं तेवढं कमी. माझं स्वतंत्र घर असतं तर तिच्यावर ही पाळी आलीच नसती. बाबूजींनी तिला असं सोळा वर्षांत दु:खाचं वारं लागू दिलं नाही. तसं मी तिला संभाळलं असतं. पाहू. वेळ पडली तर तेही करावं लागेल.'
मोडक थांबला. बर्व्यांकडेही सांगण्यासारखं काही नव्हतं. मोडक निघाला तशी ते म्हणाले, 'भलतंच. अपरात्री जाताय कुठं? आता इथंच मुक्काम करा. सकाळी निघा.'
'नको बर्वेसाहेब, एक तर सुजाताच्या विचारापायी झोप यायची नाही. दुसरं म्हणजे इथं काहीही काम राह्यलेलं नाही. पुण्यापर्यंतचा प्रवास म्हणजे प्रवासही वाटत नाही. केव्हाही टॅक्सी मिळते. तीन तासांत घरी. तेव्हा निघतो.'
'कॉफी घेऊन जा. तसे जाऊ नका.'
'कशाला त्रास?'
'त्रास कसला? संध्याकाळी मी घरात नव्हते, तुम्हाला तसंच जावं लागलं–'
इतका वेळ गप्प बसलेल्या बर्वेवहिनी बोलत बोलत आत गेल्या.
त्यानंतर त्या बाहेर आल्या नाहीत. बर्वे आत गेले. कॉफी घेऊन बाहेर आले.
कॉफी घेता घेता पुन्हा बोसबाबूंचा विषय निघाला. ते कुठं बसायचे, कसे बसायचे, सुजाता कशी चिमणीसारखी सारखी चिवचिवाट करायची इथपासून सगळं सांगण्यात शांताराम मोडक स्वत:ला विसरला आणि त्यांनी बर्व्यांना सगळं विसरायला लावलं.

शांताराम मोडक काय काय सांगून गेला. कधीच गेला. तरी त्याचा आवाज येत राह्यला. बर्व्यांना झोप येईना.
तो अजाणतेपणी एक वाक्य संध्याकाळी बोलून गेला ते त्यांना पुन:पुन्हा आठवायला

लागलं.
'कुणाचा तरी एकाचा संसार उद्ध्वस्त करून वाऱ्यावर सोडल्याशिवाय दुसऱ्याचा संसार इथं उभा राहात नाही. याला गृहनिर्माण खातं म्हणतात.' असं काहीसं तो म्हणाला.
बर्वे बेचैन झाले. खोलीतल्या खोलीत येरझारा घालायला लागले. किती वेळ ते तसे चालत होते. मधेच त्यांना थकवा आला.
ते बसले, त्या क्षणी कुणीतरी मोठ्यांदा हसलं.
'तिथं बोसबाबू बसायचे आणि सुजाता त्यांना तिथं येऊन घास द्यायची.'
बर्वे ताडकन् उठले. खिडकीजवळ गेले. तिथल्या खुर्चीवर बसले.
पुन्हा कुणीतरी हसलं आणि म्हणालं,
'इथंच त्यांना कविता म्हणता म्हणता ॲटॅक आला.'
बर्व्यांना वेड लागायची पाळी आली. ते बेडरूममध्ये जायला निघाले तर कुणीतरी मुलीच्या आवाजात म्हणालं,
'माझी ममी त्या खोलीत झोपली आहे.'
'तू कोण?'
'मी रेणुका बोस.'
'तुझ्या ममीचं नाव?'
'सुजाता.'
बर्वे थबकले. त्यांना काय करावं कळेना. ते उलटे वळले तर रेणुका म्हणाली,
'ती माझी खोली आहे.'
बर्व्यांची अवस्था पिसाळल्यासारखी झाली. त्यांनी ब्लॉकचा बाहेरचा दरवाजा उघडला तर बंगाली पद्धतीचं धोतर नेसलेले स्वत: बोसच तिथं.
'फ्लॅट सोडून जाण्याची गरज नाही. तुम्हीच आता या जागेचे मालक आहात. मी मेलो म्हणून तुम्हाला तो मिळाला एवढंच कधी विसरायचं नाही. कळलं?'
बर्वे 'हो' म्हणाले.
पण त्यांना काहीच कळलं नाही.
ते उभेच्या उभे कोसळले. रात्रभर ब्लॉकचं दार उघडंच राह्यलं.
पहाटे ही धावाधाव झाली.
बर्व्यांना हृदयविकाराचा झटका आला होता आणि कमीत कमी तीन महिने बेडरेस्टची शिक्षा डॉक्टरांनी फर्मावली होती.

नेपिअन-सी रोडची ती टोलेजंग इमारत नजरेतून सुटण्यासारखी नव्हतीच.
बर्व्यांना अठराव्या मजल्याशी काही कर्तव्य नव्हतं. फाटकावरच्या कडक युनिफॉर्ममधल्या

गुरख्यानं कोण हवंय म्हणून विचारलं. बर्व्यांनी 'सुजाता बोस' म्हणून सांगताच त्यानं बसल्या जागेवरूनच 'मागच्या बाजूला जा' अशी खूण केली.
गॅरेजचंच खोलीत रूपांतर केल्यामुळे त्याला एकच दरवाजा आणि एकच खिडकी होती.
बर्व्यांनी हळूच दार वाजवलं.
दार उघडलं गेलं आणि बर्व्यांनी ओळखलं, ही रेणुका बोस.
त्यांनी नमस्कार केला.
ती गोड आवाजात 'या' म्हणाली.
बर्वे तिथल्या खुर्चीवर बसले. रेणुकानं टेबलावरचा जेमतेम एका माणसाला पुरेल असा असणारा छोटा फॅन लावला आणि ती आतल्या भागात गेली.
मध्यभागी पडदा लावून त्या गॅरजचे दोन भाग करण्यात आले होते.
दोनच मिनिटांनी सुजाता बाहेर आली. बर्व्यांना नमस्कार करून ती पडद्याजवळच उभी राह्यली. रेणुका बर्व्यांजवळ येऊन बर्व्यांकडे पाहात राह्यली. बर्व्यांनीच प्रारंभ करणं आवश्यक होतं. त्यांनी त्याप्रमाणं केला.
'मी बर्वे.'
दोघींच्या चेहऱ्यावर प्रश्नचिन्ह तसंच राह्यलं आणि मग बर्व्यांना परवलीचा शब्द आठवला.
'तुम्ही शांताराम मोडकना ओळखता ना?'
सुजाता हसून म्हणाली,
'वा, ओळखते म्हणजे?'
'मला माहीत आहे. ते तुमचे मावसबंधू.'
दोघी जरा मोकळ्या झाल्या.
'तुम्हाला तो अलीकडे भेटला होता का?'
सुजातानं विचारलं.
'गेल्या चार महिन्यांत नाही.'
'इथं येऊन गेला पंधरा दिवसांपूर्वी'– सुजाता म्हणाली.
'काल मामा पुन्हा यायचा होता.' रेणुका मध्येच म्हणाली.
'आपली आणि त्याची ओळख.'
'सांगतो. मी सध्या ज्या ब्लॉकमध्ये राहतोय तो पूर्वी तुमचा होता.'
'लक्षात आलं, म्हणजे आत्ता आठवलं. शांताराम इथं आला तेव्हा बॅग...'
'माझ्याच घरी ठेवून गेले होते. त्यानंतर ते पुन्हा आले नाहीत.'
'काही काम होतं का?'
'हो, म्हणजे, त्यांचं नव्हतं, माझंच होतं.'

'आमच्याजवळ सांगून ठेवण्यासारखं असेल तर सांगा. मी सांगेन त्याला.'

बर्वे बप्प बसले.

पत्ता शोधून इथपर्यंत येणं सोपं होतं. आता विषयाला हात कसा घालायचा?

खरं तर सुजाताबरोबर काय काय बोलायचं याची उजळणी गेले चार महिने पलंगावर पडल्या पडल्या ते करीत होते. संवादही आखून तयार होते. दोघांचे संवाद त्यांनीच पडल्या पडल्या तयार केले होते तेव्हा संभाषणाच्या शेवटी बर्वेच जिंकणार होते. पण आता काय होईल?

समोरच्या गोऱ्यापान, तरतरीत, करारी, मानी सुजाताला पाहून, आणि दिसण्यात, बोलण्यात आईशी स्पर्धा करणारी रेणुका–

तिला पाहून बर्वे संवादमालिका विसरले.

'आपल्याला संकोच वाटत असल्यास माझा आग्रह नाही.'

'नाही तसं काही नाही. शेवटी तुम्हाला सगळं सांगावंच लागणार आहे.'

'मला?'

'हो, म्हणजे माझं खरं काम आपल्याकडेच होतं.'

'माझ्याकडं?'

मग मनाचा हिय्या करून बर्वे महत्त्वाचं वाक्य पटकन म्हणाले,

'मी आपल्याला न्यायला आलोय.'

सुजाता आणि रेणुका दोघी पाहात राह्यल्या. बर्वे काही काळ गप्प राह्यले.

पुन्हा त्या सगळ्यांची नजरानजर झाली आणि सुजातानं विचारलं,

'कुठं न्यायला आलात?'

'आपल्या म्हणजे तुमच्या पूर्वीच्या ब्लॉकमध्ये.'

'तिकडं? आणि आम्ही?'

'सांगतो मी सगळं कसं कसं घडलं ते. मोडकांनी मला तुमची सगळी माहिती सांगितली. अर्थात यालाही चार महिने झाले. पण त्या दिवसापासून मी बेचैन होतो. मी लगेच खरं तर येणार होतो, पण त्याच रात्री मला हार्ट ॲटॅक आला.'

हार्ट ॲटॅक म्हणताच दोघींचे चेहरे हां हां म्हणता बदलले. तोपर्यंत या माणसानं असं अचानक का यावं, आपल्याला न्यायला आलो असं का म्हणावं इत्यादी विचारांनी त्यांच्या मनात दाटी केली होती.

त्यांच्या चेहऱ्यांवरचे बदल न्याहाळत बर्वे म्हणाले,

'आज त्यानंतर प्रथमच बाहेर पडलोय. ऑफिस जरा लवकर सोडलं आणि असा तडक इकडंच आलो.'

'तुम्ही खरं तर विश्रांती घ्यायला हवीत. आजही एवढी दगदग करायला नको होती.'
'मुळातच चार महिने उशीर झाला होता. मग एक दिवसही थांबणं बरं वाटेना.'
बर्वे मनापासून बोलत होते.
रक्ताची माणसं पाठ फिरवतात, कायमची पारखी होतात. धर्म, जात यांसारख्या मानायच्या गोष्टींचं भांडवल करून, पोटच्या मुलीचे संबंध तोडतात. आणि हा माणूस?
यानं आजवर आपल्याला पाह्यलेलं नव्हतं. कसलेही धागे एकमेकांत गुंतलेले नव्हते. जिवावरच्या दुखण्यातून बरा होतो आणि इकडं येतो.
काय म्हणायचं?
'आपल्या घरी कोण कोण आहे?'
'माझाही संसार छोटासा आहे. मी, बायको आणि मुलगा. मुलगा कॉमर्सला आहे. तीन माणसांचं कुटुंब. जागा किती मोठी आहे हे तुम्हाला माहीतच आहे. दोन दरवाजे आहेत ब्लॉकला. शेवटची खोली तुम्ही कायम तुमच्याकडं ठेवा.'
बर्व्यांनी गडबडीनं पुढचा प्लॅन सांगून टाकला आणि ते उठले.
'बसा ना.'
'नको. घरी काळजी करतील. मोडक आले तर त्यांना निरोप द्या. त्यांचा सल्ला घ्या. मी जास्त आग्रह करू शकणार नाही. तरी आलो एवढ्यासाठीच, की तशीच वेळ आली तर आधाराला जागा आहे हे सांगायचं होतं.'
'आपण चहा घेतलात तरच मी विचार करीन या योजनेवर.'
बर्व्यांचा नाइलाज झाला. ते थांबले. रेणुका म्हणाली,
'तू थांब. मी चहा करते.'

रेणुका आत गेली. बाहेरच्या खोलीत सुजाता आणि बर्वे दोघंच राहिली.
'आपण अगोदर कुठं होतात?'
'तसा मी सारखा फिरतीवरच आहे. सरकार हात धुऊन माझ्याच मागं का लागलं होतं हे कळत नव्हतं. आतासुद्धा मुंबईला बदली होऊन सहा महिने झाले तरी जागा नाही. सहा महिने मी पुण्याहून इथं नोकरीला येत होतो. नंतर हा ब्लॉक मिळाला. त्यानंतर तुमचे बंधू मला भेटले. त्यांनी तुमच्या संसाराचं...'

बर्वे मध्येच थांबले. त्या आठवणींचा उल्लेख केलेला सुजाताला कितपत आवडेल याचा त्यांना अंदाज घेता येईना. पण सुजाता व्यवस्थित होती.
ते दुःख तिनं पचवलं होतं. आता त्या दुःखाबद्दल बोलतानासुद्धा एक तऱ्हेचं समाधानच होणार होतं. पण बर्वे आता पुढं काही बोलणार नाहीत याची तिला

कल्पना आली. कारण आपल्याकडून हा विषय निघाल्याचा त्यांना संकोच वाटत असल्याचं समजत होतं.
संसारातली सगळी दृश्यं एका क्षणात तिच्या डोळ्यांसमोरून सरकली आणि ती म्हणाली,
'आमचा संसार फार सुखाचा होता, यशस्वी होता. माणसाचा जन्म दुर्मिळ म्हणतात. तो तर मला मिळालाच पण त्याहीपेक्षा बाबूजींसारखा नवरा लाभणं हे माणसाच्या जन्मापेक्षा दुर्मिळ होतं. त्यांच्यावर प्रेम करताना आपल्याला आपण स्वत:चा गौरव करत आहोत असं वाटायचं.'
बर्व्यांना मोकळेपणा वाटून त्यांनी विचारलं,
'त्या प्रेमासाठी काय काय सोसावं लागलं?'
'अगणित मनस्ताप. नातेवाईकांशी वैर, मित्रांचा रोष. कुणाच्याही वाट्याला येऊ नये असं एकाकीपण. हे सगळं मीही भोगलं आणि तसंच बाबूजींना पण भोगावं लागलं. पण It was worth it.'
'बाबूजी जगायला हवे होते. मी त्यांना पाह्यलेलं नाही पण ते कसे असतील याची कल्पना येऊनच वाटतं, की ते असायला हवे होते.'– बर्वे म्हणले.
बर्वे असं म्हणाले ते केवळ सुजाताला बरं वाटावं म्हणून नाही. त्यांना तसं मनापासून वाटलं होतं. त्या भल्या मोठ्या ब्लॉकमध्ये बोस फॅमिली किती रुबाबात राहात असेल याची अनेक चित्रं त्यांनी गेल्या चार महिन्यांत पाह्यली होती.
सुरुवाती-सुरुवातीला बाबूजी, सुजाता आणि रेणुका ही तिघं कशी दिसत असतील या विचाराभोवतीच ते फिरत असत. नंतर नंतर 'दिसणं' हा विचार गौण झाला, आणि मग ते संपूर्ण संसाराबद्दल विचार करायला लागले.
त्यांच्या संसाराचा विचार करता करता त्यांच्या मनात नकळतपणे स्वत:च्या संसाराचा विचार सुरू व्हायचा. त्यापाठोपाठ आपल्याला आलेल्या या हार्ट अ‍ॅटॅकमध्ये, इथली यात्रा संपवण्याची पाळी आपल्यावर आली असती तर? हा विचारही असायचा. तसं जर झालं तर कावेरी काय करील?– मुकुंदा संसाराचा भार वाहू शकेल का?– इथं ते येऊन थांबायचे. नंतर याच विचारांच्या पाठोपाठ सुजाता आणि रेणुका यांनी काय केलं असेल?– दु:खं कसं पेललं असेल?– हे विचार यायचे. सुजाताचा चेहरा कावेरीसारखाच दिसायला लागायचा आणि मुकुंदाच्या चेहऱ्यात रेणुका दिसायची. आनंदात मग्न असणारी, हसणारी माणसं वेगवेगळी दिसतात पण दु:खाचा चेहरा सारखाच असतो.
छे! जगात कुणीही दु:खी असता कामा नये.
त्यांनी सुजाताकडे पाह्यलं. तिचा चेहरा आणि नजर पाहून मात्र त्यांना पुन्हा असं वाटलं,

'जगात कुणीही दु:खी असता कामा नये, पण दु:खापायी तुम्हाला जीवनाचं जे दर्शन घडतं ते घडवण्याची ताकद सुखात नक्कीच नाही.'
सुजाताएवढा आयुष्याचा अर्थ कावेरीला कळला असेल का?
आपल्याला तरी समजलाय का?
चार महिन्यांपूर्वी छातीतून पहिली कळ आली तेव्हा हृदय या अवयवाचं महत्त्व पटलं. ते बंद पडायची वेळ आली तेव्हा त्याच्या शक्तीची ओळख झाली.
संसारासारखंच.
तो संपणार अशी भावना झाली तेव्हा आधाराचा अर्थ समजला. आणि त्याच क्षणी वाटून गेलं,
कुणाचाही संसार विस्कटता कामा नये.
बाबूजी जगायला हवे होते.
सुजाता मात्र काहीच बोलली नाही.

रेणुकानं चहा आणला. तिघांनीही तो न बोलता घेतला.
'मी येऊ?'– बर्व्यांनी चहा संपल्यावर विचारलं.
'तुम्ही खरंच फार त्रास घेतलात आमच्यासाठी.'
'त्रास मुळीच नाही. तुम्ही तिकडे राहायला या, मग आम्हांला सगळ्यांना बरं वाटेल.'
'आज वहिनी का आल्या नाहीत?'
'माझ्या चुकीमुळे.'
'म्हणजे?'
'आम्ही दोघं एकदमच तुम्हाला भेटायला येणार होतो. सह येऊन आमंत्रण करणं जास्त आवश्यक होतं. तुम्हालाही चमत्कारिक वाटलं नसतं.'
'नाही, तसं आपण मनात आणू नका.'
'काय झालं सांगतो, मला एका मित्रानं त्याच्या गाडीतून नाक्यापर्यंत सोडलं. इतक्या जवळ आल्यावर, प्रथम नुसतं भेटून, मोडकांची चौकशी करावी असं ठरवलं. पण इथं आलो आणि सगळंच बोलून बसलो. कावेरीला वाईट वाटेल.'
'का?'
'ही योजना ती तुम्हाला सांगणार होती.'
सुजातानं बर्व्यांकडे पाहिलं आणि बर्व्यांचा चेहरा बदलला. विषय आवरता घेत त्यांनी निरोप घेतला.
इमर्जन्सीसाठी माहीत असावं म्हणून त्यांनी ऑफिसचा पत्ता, फोन, मायलेकींना दिला आणि ते निघाले.

आपण धडधडीत खोटं बोलतो हे सुजाताला कळलं असेल का?
तिनं रोखून पाहिलं आणि आपला चेहरा बदलला. आपल्याला नाटक करायला जमत नाही, त्यामुळं घोटाळे होतात.
समोरच्या माणसाला खरं काय असेल ते लगेच समजतं. बायकांना तर ते लवकर समजतं. सुजाताला ते तसंच समजलं असेल तर ती मानी बाई कधीच यायची नाही.
आणि आलीच तर?
कावेरीचं आणि तिचं जमेल का?
अर्थात हा प्रश्न स्वत:लाही विचारण्यात अर्थ नव्हता. त्याचं उत्तर आपल्याला माहीत होतं.
केव्हातरी विषय निघाला होता तेव्हा आपण म्हणालो होतो.
जगात कुणीही दु:खी असता कामा नये.
'हे कसं शक्य आहे?'– कावेरी थंडपणे म्हणाली.
'ते शक्य नाही, हे मलाही माहीत आहे. तरी मनात येतं.'
'तुम्ही इतरांचा विचार करूच नका. आता फक्त स्वत:लाच सांभाळायचं.'
'स्वत:लाच सांभाळताना वाटतं, आपला बाबूजी झाला असता तर?'
'आता कठीण आहे बाई. बोस फॅमिलीचा विचार करायचा नाही म्हणून तुम्हाला मी किती वेळा सांगितलं?' कावेरीचा स्वर चिडका झाला.
'तू अशी चिडू नकोस.'
'चिडू नको तर काय करू?'
'कावेरी, अग याच जागेत त्यांनी बाग फुलवली होती.'
'त्याला आता काय करणार? तो मोडक भेटला म्हणूनच तुम्हाला हे सगळं समजलं. नाही का?'
'म्हणूनच सांगतोय. पाच खोल्यांच्या ब्लॉकमध्ये राह्यल्यावर एखाद्या बाईला गॅरेजमध्ये राहायला लागावं म्हणजे...'
'आता झोपड्यांतून माणसं राहात नाहीत का?'
'कावेरी...'
'झोपा पाहू.'
'झोप येत नाही.'
'गोळी देऊ?'
'नको.'
'मग?'
'लागेल तेव्हा लागेल.'
'अशानं जास्त ताण पडतो.'

'काय करू? त्यांचा संसार उधळला गेल्यावरच आपल्याला हा संसार उभा...'
'खूपदा सांगितलंत! आता विचार करायचा नाही. तुम्ही त्याला जबाबदार आहात का?'
असला काही प्रश्न विचारून कावेरी विषय संपवत असे. कावेरीच्या बाबतीत– सुजाताच्या संसाराचं दु:खं गावच्या वेशीपर्यंतही पोहोचलेलं नव्हतं याची त्यांना ओळख पटली.
कावेरीजवळ पुन्हा हा विषय काढायचा नाही हे त्यांनी ठरवलं. त्यांच्या मनातली ती भावना मात्र जाता जात नव्हती. त्यामुळं आज ते प्रथम कामावर आले आणि ऑफिस सुटताच सुजाताकडे गेले. शेवटी थाप मात्र आपण बेमालूम मारू शकलो नाही... अशी रुखरुख घेऊन बर्व्यांनी बस पकडली.

'शांताराम मोडक नावाचे गृहस्थ आलेत.'
'पाठवून दे.'
सुजाताच्या भेटीनंतर जवळ जवळ वीस दिवसांनी मोडक भेटायला येत होते.
'या.' बर्व्यांनी मनापासून स्वागत केलं.
'तुम्ही आमच्या सुजाताला भेटून गेलात म्हणे.'
'हो. How is she?'
'Thanks. ठीक चाललंय. तुम्हाला बरं नव्हतं?'
'जरा थोडंसं.'
'मला सुजाताकडून समजलं. वाईट वाटलं.'
'आता बरा आहे मी.'
'तुमचे आभार मानायला आलो होतो.'
'कशाबद्दल?'
'तुम्ही सुजाताला जे सांगितलंत...'
'त्यात काय विशेष? मोडक, माणूस दुसऱ्यासाठी आणखी काय करू शकतो? तुमच्या बहिणीला मी आलेलं आवडलं की नाही हे मला माहीत नाही.'
'वा, असं कसं म्हणता?'
'त्या केव्हाही येऊ शकतात. तिथलं वातावरण चांगलं नाही. आजूबाजूला शोफर्स. त्या दिवशी गेलो तर कुणी विड्या ओढतंय, कुणी नुसत्या अर्ध्या चड्डीत वावरतंय. Off course, they are not to be blamed for that.'
'मी पाहतोय ते सगळं. माझाही प्रयत्न चाललाच आहे. मीही घरच्या माणसांची मनं वळवण्याचा खटाटोप करतोय. बाबूजी म्हणायचे, 'आपलं कुणी अनुकरण किंवा द्वेष करायला लागलं की समजावं, आपला उत्कर्ष होतोय.' त्याप्रमाणं सुजाता लग्न

झाल्यास बहरतच गेली. तो नातेवाईकांना आलेला जास्तीचा राग.'

'काय माणसं असतात!'

'काय करणार?'

'पण सर्वांत जवळची माणसं अशी वागू शकतात?'

बर्व्यांच्या या प्रश्नावर मोडक हसले.

'का हसलात?'

'सुजाता तुमच्याबद्दल जे बोलली ते आठवलं.'

'काय म्हणाल्या?'

'बर्वे म्हणजे वयानंच मोठा झालेला ससा आहे.'

'ससा?'

'म्हणजे ज्याला सगळं जग चांगलं वाटतं असा प्राणी. वय वाढलं पण ससाच.'

बर्व्यांना हसायला आलं. ते प्रसन्नपणे हसले.

बर्व्यांनी दिलेला चहा घेऊन आणि त्यांचे वारंवार आभार मानून मोडक निघून गेला.

त्यानंतर जवळ जवळ दीड महिन्यानं पुन्हा मोडक आला.

'बर्वेसाहेब, नाइलाज झाला म्हणून आलो.'

'काय झालं? मोकळेपणी सांगा.'

'तुमच्याकडं राहायला यावं लागणार.'

'You are welcome.'

'अर्थात सुजातानं हा निर्णय अत्यंत नाइलाजानं घेतला आहे.'

'माझी मुळीच हरकत नाही.'

'तुमच्यासाठी नाही म्हणालो, वेळच तशी...'

'हो, पण तुम्ही एवढा संकोच का करताय?'

'खरं सांगू?'

'अवश्य.'

'तुमच्याचसाठी.'

'म्हणजे कसं?'

'तुमच्या घरातलं वातावरण सुजाताच्या येण्यामुळं मुळीच बिघडता कामा नये असं आम्हां सगळ्यांना वाटतं.'

'त्याची तुम्ही मुळीच चिंता करू नका.'

'हे मीसुद्धा सुजाताला सांगायचा प्रयत्न केला. तिचं एकच म्हणणं, आम्हां बायकांचे प्रश्न तुम्हां पुरुषांना समजायचे नाहीत.'

'त्यांना सांगा, तुम्ही राहायला या. मग आपण हे सगळं बघू.'

दोघं गप्प बसले.

तेवढ्यात फोन वाजला.

'बर्वे.'

पलीकडून आवाज आला, 'उद्याचं काय?'

'मी पंधरा दिवसांपूर्वीच रजा सँक्शन करून घेतलीय.'

बर्व्यांनी एवढं सांगून फोन खाली ठेवला.

'उद्या रजा?' मोडकांनी विचारलं.

'सँक्शन करून घेतलीय खरी, पण भरवसा नाही. ऑर्डर्स आल्या तर कामावर यावं लागेल.'

'काही विशेष?'

'उद्या केंद्रीय कर्मचाऱ्यांचा एक दिवसाचा लाक्षणिक संप आहे. तेव्हा त्यांनी कामावर बोलावलं तर यावं लागेल.'

'तुमची रजा...'

'घरीसुद्धा माहीत नाही. उद्या आमच्या कावेरीचा... म्हणजे... कुटुंबाचा वाढदिवस आहे. रजा घेऊन चकित करणार होतो. का?'

'उद्याच आम्ही शिफ्टिंगचा विचार करणार होतो. मी रजा घेऊन आलो होतो.'

'मग या ना.'

'नको. मी रविवारी पुन्हा येईन. अजून चार दिवस मुदत आहे.' मोडक म्हणाला.

'मुदत? मुदत कसली?'

'कॉर्पोरेशनच्या नियमांप्रमाणं गॅरेजचा उपयोग राहण्यासाठी करता येत नाही. कुणीतरी तक्रार केली. वॉर्ड ऑफिसर्सकडून नोटीस आली, म्हणून जागा सोडावी लागणार.'

'Don't worry. तुम्ही उद्या येऊ शकता.'

'तुमचा काही प्लॅन असला तर?'

'त्यात तुम्ही भाग घ्या.'

इथपर्यंत सगळं ठीक होतं.

आता कावेरी.

ती काय म्हणेल? आत्तापर्यंत तिच्यापासून काही लपवलं नाही. एवढी एकच बाब आपण तिचा सल्ला न घेता, तिला विश्वासात न घेता केली.

आता फार उशीर झाला.

'तुला मी हे सगळं सांगणारच होतो' हे वाक्य उच्चारायलाही फार वेळ गेला होता. काय करायचं? आता माघार घेता येणार नाही. माघार घेता येणार नाही पण सामना

तरी द्यायला जमेल का?

बर्वे घाबरून गेले. त्यांनी पाणी मागवलं. पाणी पिऊन आपली भीती मुळीच कमी होणार नाही हेही त्यांना माहीत होतं. तसंच झालं.
ग्लासातलं पाणी संपलं.
छातीतली धडधड तशीच राह्यली.

त्या धडधडीसकट ते घरी आले. चेहरा पाहून कावेरी म्हणाली,
'थकलेले दिसताय.'
'जरासा.'
'चहा घेताय?'
'नको.'
'पडा जरा वेळ. पान घेते.'
जेवणं झाली. बर्वे गप्पच होते.
'बाबा, बरं वाटत नाही का?' मुकुंदानं विचारलं.
'ठीक आहे.'
'डॉक्टरांना बोलावू?'
'नको.'
'बोलवायचं असेल तर लगेच सांगा. हो, भलत्या बाबतीत भीड नको.'
'मी बरा आहे. जरा दमलोय, इतकंच.'
'उद्या कामावर जाऊ नका.'
'रजा घेऊनच आलोय.'
'किती दिवस?'
'किती कुठली? फक्त उद्याचा दिवस.'
'बाबा, उद्या संप होणार?'
'बहुतेक!'
'मग काय उपयोग? तुम्हाला जावंच लागणार.'
'मी पंधरा दिवसांपूर्वीच रजा सँक्शन करून घेतलीय.'

झोपताना कावेरी जवळ आली. तिला आत्ताच सगळं विश्वासात घेऊन सांगावं असं बर्व्यांना वाटलं. पण पुन्हा हिय्या झाला नाही. आणखी एक विचार मनात येऊन ते थांबले. आपण आज सगळं सांगायचं आणि समजा, काही अकल्पित कारणापायी उद्या सुजाता आलीच नाही आणि नंतरही कधी आली नाही तर आजच वातावरण

कशाला बिघडवायचं?
आजचं मरण उद्यावर ढकलूया, तेही उद्या उगवलं तर.

ते उगवणारच होतं. त्याप्रमाणे ते उगवलं.
सकाळी उठताच ते कावेरीला म्हणाले,
'Many happy reutrns of the day.'
मुकुंदा म्हणाला,
'असं अभिनंदन कोरडं करतात काय?'
'संध्याकाळी सगळे जाऊया ना.'
'मला काहीही प्रेझेंट नकोय. तुमची तब्येत ठणठणीत ठेवा. तेच माझं प्रेझेंट.'
'मी मस्त आहे.'
'हो, असं म्हणायचं. काल घाबरवून सोडलंत.–' कावेरी म्हणाली.
'तर काय?'
'आता पोटात गोळाच येतो तुमचा चेहरा निराळा दिसला की!'
'Don't worry.'

असं 'Don't worry' म्हणायला आणि बेल वाजायला एकच गाठ पडली.
मुकुंदा धावला. त्यानं दार उघडलं.
आत येऊन तो म्हणाला,
'त्या दिवशी रात्री आलेले मोडक आणि त्यांच्याबरोबर दोन बायका आहेत.'
'असं?'
'आणि बाबा...'
'बोल ना!'
'त्यांच्याबरोबर चिक्कार सामान आहे.'
'असू दे, असू दे–' असं म्हणत बर्वे उठले.
कावेरी आणि मुकुंदा एकमेकांकडं प्रश्नार्थक नजरेनं पाहात राह्यले.
'तुला काही बोलले होते का?' कावेरीनं मुकुंदाला विचारलं.
'नाही बुवा. तुलाही काही माहीत नव्हतं?'
'नाही ना!'
तेवढ्यात बर्व्यांची हाक आली.
'चल लवकर. आत्ता काही दर्शवू नकोस.' मुकुंदानं आईला तेवढ्यात सावरलं.
कावेरीला मुलाचा अभिमान वाटला आणि हसतमुखानं ती बाहेरच्या खोलीत सामोरी
गेली.

दिवस चांगला गेला.
चांगला म्हणजे धावपळीत गेला. पाच खोल्यांतलं सामान जेव्हा गॅरेजमध्ये न्यावं लागलं तेव्हा खूप कमी करावं लागलं. ऐट, ऐपत, रुबाब ज्या ज्या वस्तूंनी दिसू-जाणवू शकतो, त्या त्या संसारातल्या सगळ्या गोष्टी विकाव्या लागल्या. बाकीच्या वाटाव्या लागल्या. आता गॅरेजमधल्या वस्तू जेव्हा पुन्हा एका खोलीत मांडायची वेळ आली तेव्हा संसारातल्या फक्त गरजेच्या वस्तू राह्यलेल्या ध्यानात आलं. तेवढ्यात खोली सजवणार की काय?– कशी? तरीही सामान लावण्यात दिवस गेला.
सुजाताचं आणि रेणुकाचं जेवण बर्व्यांच्या घरीच झालं.
जेवताना बर्वे अगदी गप्प होते.
कावेरी आणि सुजाता जुन्या मैत्रिणी असाव्यात त्याप्रमाणे बोलत होत्या.
सुजाताला खूप मोकळेपणा वाटावा म्हणून तिच्याशी जिव्हाळ्याच्या स्वरानं बोलण्याची गरज होती, आणि कावेरीनं– तशी सूचना कुणीही न देता ती हेरलेली होती.
इथंच बर्व्यांना काही अर्थबोध होत नव्हता.
मोडक सकाळी तासभर थांबून जो गेला तो संध्याकाळी पाच वाजता आला. येताना त्यानं दोन-तीन डझन लालचुटुक रंगाची फुलं आणली.
कावेरीचा आज वाढदिवस आहे हे सगळ्यांना समजलं. सगळी मग एकत्र अशी फिरायला गेली. शॉपिंग झालं. हॉटेलात खाणं झालं.
आणि रोज ज्या तऱ्हेनं रात्र होते तशी झाली.
बर्वे पलंगावर पडले होते. झोप येत नव्हती. एका प्रश्नचिन्हाशी त्यांचा सामना सुरू झाला होता. कावेरी! कावेरी!
आपण अगोदर बोललो नाही, हे आपलं चुकलं का?
प्रश्नाप्रश्नावर ते थांबत होते. उत्तर मिळणार नव्हतं. कारण ते त्यांच्याजवळ नव्हतंच.
कावेरी सगळं आटपून आली.
पाच-दहा मिनिटं ती काहीही न बोलता पडून राह्यली. दोन-तीन मिनिटं आणखी गेली आणि मग अमृतांजनच्या बाटलीचं झाकण काढण्याचा परिचित आवाज कानांवर आला.
यापाठोपाठ अमृतांजनचा वासही आला.
तो वास सगळं काही सांगून गेला.
छातीचे ठोके मोजीत बर्वे पलंगावर पडून राह्यले. खाली गादी होती तरी त्या क्षणी ती त्यांना बाणांची शय्या वाटली.

आणि मग काही वेळानं अगदी थंड, निरिच्छ स्वरात प्रश्न आला,
‘ही मंडळी येणार आहेत हे तुम्ही बोलला नाहीत हो?’
‘तसं त्यांचं नक्की नव्हतं.’
‘तरी पण काहीतरी तुमचं बोलणं झालं असणारच.’
‘खरोखर नक्की असं ठरलेलं नव्हतं.’
‘त्याशिवाय कोणी असं अचानक सामानासकट येतं वाटतं?’
‘कावेरी, सगळं सांगतो. ऐकशील?’
‘मला काय करायचंय म्हणा! माझा काय संबंध आहे? उद्या तुम्ही या चार खोल्या त्यांना देऊन, एका खोलीत आपण राहायचं म्हणालात तरी राहायला हवं.’
‘कावेरी...’
‘काही सांगू नका. तुमचं सगळं ठरलेलं होतं. त्याशिवाय कुणी अशी रजा घेतं काय?’
‘तू आता सगळा संबंध त्या एकाच गोष्टीशी जोडणार.’
‘जाऊ दे. सारवासारवीचा प्रयत्नही करू नका. पुरुषांची जातच तसली. पक्की स्वार्थी. ज्या बाबतीत बायकोची परवानगी मिळणार नाही, ती बाब गुपचुप करतात.’
अगदी तस्संच घडलेलं असल्यामुळं बर्व्यांना गप्पच बसावं लागलं. अर्थात दुःखं त्याचं नव्हतं. सल्लामसलत केल्याशिवाय केलेली ही पहिली गोष्ट, पण तरीही त्या एका घटनेनं संपूर्ण बर्वे लग्न झाल्यापासूनचे स्वार्थी ठरले याचं दुःखं होतं.
रात्र रात्रीसारखीच असते. अंधारही तोच असतो. रात्र ज्या गतीनं संपायची त्याच गतीनं संपणार असते. फक्त काही रात्री रातराणीच्या सुगंधात भिजतात तर काही अमृतांजनात.

दुसऱ्या दिवसापासून कावेरीनं आपल्याशी बोलणं एकदम जितक्यास तितकं ठेवल्याचं बर्व्यांच्या ध्यानात आलं. तेही स्वाभाविक असल्यामुळं त्यांना ते सहन करावं लागलं. त्यांनी त्यासाठी मनाची तयारी पण केली.
एक गोष्ट त्यातल्या त्यात बरी होती.
सुजाता आणि रेणुका या दोघींशी ती अतिशय घरोब्यानं वागत होती.
तुम्ही आलात तर आम्हां सगळ्यांना बरं वाटेल अशी जी थाप त्यांनी सुजाताला गॅरेजमध्ये मारली होती, ती खरी ठरत होती.
तरीही, कावेरीला हे नाटक कसं काय जमतं हा प्रश्न त्यांना पडलेला होताच. त्याचाही उलगडा झाला. कावेरी मुकुंदाला सांगत होती ते बर्व्यांना व्यवस्थित ऐकू येत होतं. ते तसं ऐकू जावं म्हणून कावेरीचा तो प्रयत्न मुद्दाम होता की नाही हे मात्र त्यांना समजलं नाही.

ती सांगत होती.
'यात त्या दोघींचा काय अपराध आहे? आपल्या नावानं यांनीच तिला थाप मारल्या असणार. त्या दोघी भाबड्या फसल्या आणि आल्या, त्यांच्यावर रागावून काय फायदा? आपलंच नाणं खोटं.'
'एवढी काय चिडतेस?'
'का चिडू नको? मी म्हणजे मोलकरीण आहे काय घरातली? माझं राहू दे, तू आता मोठा झालास. वर्षभरात मिळवायला लागशील. तुझा विचार घेतला का यांनी?'
'जाऊ दे ग! त्यांना वाईट वाटलं असेल म्हणून त्यांनी त्यांना 'या' म्हटलं असेल.'
'मुकुंदा, तूही पुरुषच. तरी विनाकारण त्यांची बाजू घेऊ नकोस. माझं एकच म्हणणं आहे– त्यांनी ही गोष्ट गुपचुप का केली?'
'अग याचा सरळ अर्थ असा होतो की ते तुला भ्याले.'

या क्षणी बर्व्यांना इकडून 'मुक्या, मुक्या, तस्संच घडलं रे' म्हणून ओरडावं असं वाटलं, पण तेवढ्यात कावेरी म्हणाली,
'भितात, भ्यायले वगैरे सगळं चूक आहे. ते पक्के आतल्या गाठीचे आहेत. मी काय आज ओळखते की काय त्यांना?'
'आई...'
'काही सांगू नकोस. असं वाटतं, फाड्फाड् बोलावं, मागचं सगळं काढावं, पण तो ॲटॅक आल्यापासून तिकडूनही सांभाळावं लागतं. आमची काय कुचंबणा होते ते तुम्हां पुरुषांना कधीच कळायचं नाही.'
या वक्तव्यावर मुकुंदा काहीच बोलला नाही.
आपल्याशी फाड्फाड् न बोलून कावेरी आपल्याला किती जपत आहे याची बर्व्यांना नव्यानं जाणीव झाली, आणि त्याच वेळेला त्यांना हेही समजलं की माणूस जरी म्हणाला, 'मला खरं काय ते कळायला हवं आहे' तरीसुद्धा मानलेल्या गोष्टीवर, भ्रमावर त्याचं अतोनात प्रेम असतं. तो भ्रम दूर करणारं सत्य त्याला नकोसं असतं.
स्वत:शीच विचार करीत बर्वे बसून होते. हे आयुष्य असं कसं? सर्वात जवळची माणसं अशी वागू शकतात का?– असा प्रश्न मोडकांना विचारून काही फार दिवस झालेले नाहीत.
सुजाता माझ्या बाबतीत म्हणाली होती,
'वय वाढलेला ससा.'
कावेरीच्या हिशोबी मी कोण असेन?
कोल्हा?
लांडगा? की, आणखीन कुणी?

ती म्हणे फाड्फाड् बोलणार होती, पण मला जपायचं म्हणून ती बोलत नाही. फाड्फाड् बोलण्यापेक्षा हे शीतयुद्ध आणि हा अबोलाच माझ्यावर जास्त वार करतो आहे, हे कावेरीला समजेल का?
बोलून दाखवण्यापेक्षा न बोलून माणूस जास्त खच्ची होतो हे तिला कसं सांगू?
काही काही शब्द, वाक्यं, विधानं फार भयंकर असतात. ती मोघम असतात, पण गैरसमज पसरवण्याची त्या मोघम वाक्यांची ताकद, साथीचा रोग पसरवणाऱ्या जंतूंपेक्षा अफाट असते.
'मी किती सोसलंय ते माझं मलाच माहीत आहे. योग्य वेळ येताच मी सगळं सांगणार आहे.' किंवा 'आता मी काहीच बोलायचं नाही असं ठरवलं आहे.'– यांसारखी वाक्यं अशीच.
'मी त्यांना पक्की ओळखून आहे', हे कावेरीचं विधानही तसलंच. नेमक्या जागी बोट न ठेवणारी ही वाक्यं तुमच्या सगळ्या शरीराला दंश करीत सुटतात.

बर्वे असलेच दंश सहन करीत दिवस ढकलीत होते. सुजाता आणि रेणुका यांच्याशी कावेरीला अद्यापि युद्ध सुरू करायचं नव्हतं.
तिला त्या दोघींचा चांगुलपणा हवा होता.
बर्व्यांना मात्र क्षमा नव्हती.
एकाच वेळी दोघांशी निरनिराळ्या तऱ्हेनं वागण्याचं नाटक कावेरीजवळ भरपूर होतं.
बर्व्यांना मात्र हे गनिमी डावपेच पेलत नव्हते. उमजत नव्हते.
त्यात बारीक अशा काही गोष्टी घडत होत्या की वाट सापडत नव्हती.
रेणुकानं एके दिवशी सिनेमाची तिकिटं काढून आणली. तिनं अर्थातच तिकिटं सर्वांसाठी आणली. सिनेमाला जाण्याचा बेत कावेरीला सुजाताकडून समजताच ती सुजाताला काहीच म्हणाली नाही. तिनं बर्व्यांना विचारलं,
'मी सिनेमाला नाही आले तर चालेल ना?
'कुणाला चालायचं?'
'तुम्हाला चालेलच.'– कावेरीनं फटका हाणला.
'मला अर्थ समजला नाही.'
'माझं डोकं दुखतंय.'
'सिनेमाची तिकिटं मी आणलेली नाहीत. सुजातानं आणलीत. डोकं दुखतंय हे मघाशीच तिला सांगायचं.'
'तेव्हा दुखत नव्हतं.'
'मग आत्ता जाऊन सांग.'
कावेरी गप्प बसली. पाच मिनिटांनी बर्व्यांनी विचारलं,

'त्यांना कळवलं का?'

'नाही.'

'केव्हा कळवणार?'

'त्यात काय कळवायचं? बोलवायला येतील तेव्हा त्यांना कळेलच.'

'वा, ही काय रीत झाली? ऐन वेळेला त्यांना हे सांगायचं काय?'

'त्यात काय झालं? यापेक्षा महत्त्वाच्या काही गोष्टी माणसं ऐन वेळेला सांगतात.'

बर्वे आपल्या खोलीत आले. बाहेर जाण्याचे कपडे त्यांनी एका मिनिटात बदलले आणि घरातले कपडे केले. खोलीतला दिवा बंद करून ते पलंगावर बसून राह्यले. पाचव्याच मिनिटाला कावेरी खोलीत आली. तिनं दिवा लावला.

'हे काय? तुम्ही कपडे पुन्हा बदललेत?'

बर्व्यांनी तिच्याकडं नुसतं पाह्यलं.

'मी तुम्हाला काहीच म्हणाले नव्हते.'

'असं?'

'आणि जरी म्हणाले असले तरी त्यात खोटं काहीच नव्हतं, हेही तुम्हाला माहीत आहे.'

'मला तसं सगळंच माहीत आहे.'

'म्हणूनच कपडे करा आणि जा. नाही तरी तिकिटं मुख्य अशी तुमच्यासाठीच काढली आहेत.'

'याचा अर्थ मी काय समजू?'

'सरळ आहे.'

'बरोबर आहे. सरळच बोलते आहेस तू.'

'बोलणं तुम्हाला कदाचित वाकडं लागत असेल, पण अर्थ सरळ आहे.'

'तोही सांगून टाक एकदा.'

'तुम्हाला एकट्यांना नेता येत नाही, म्हणून माझं आणि मुकुंदाचं तिकिट त्यांना काढावं लागलं. गाड्याबरोबर नळाची यात्रा, हे काय मी सांगायला हवं?'

बर्वे काहीतरी बोलणार एवढ्यात रेणुका आली आणि म्हणाली,

'मावशी, निघायचं ना? पहिली घंटा देते म्हणजे. हे काय, तुमची तयारी नाही झाली?'

'रेणुका, तुझ्या मावशीचं डोकं दुखतंय.'

'इतकंच ना? तिकिटं परत करून टाकू.'

'तुम्ही तिघं जा ना.' कावेरी म्हणाली.

'तिघं कोण?'

‘तुम्ही दोघी आणि सोबत म्हणून हे येतील. मुकुंदा मला सोबत राहील.’
‘वा वा! आम्हांला कसं बरं वाटेल!’ रेणुकानं नाराजी दाखवली.
सुजाता म्हणाली, ‘आपण सगळे जाऊ. बरं वाटलं तर थांबू. नाही तर परत येऊ.’
कावेरीचा मग नाइलाज झाला. सर्व जण सिनेमाला गेली, पण सिनेमाचा आनंद मात्र बर्व्यांना उपभोगता आला नाही.

त्यानंतरचा एक प्रसंग.
मुकुंदा मित्रांबरोबर ट्रिपला गेला. बर्वे ऑफिस सुटताच नेहमीप्रमाणे घरी आले, तर घराला कुलूप.
दार उघडून ते आत आले. चहाची आलेली तल्लफ त्यांनी तशीच मारली.
कावेरी जरुरीपुरतंच बोलत होती. तरीही तिची अनुपस्थिती त्यांना जाणवत होती. न बोलणारी बायको, नुसती समोर वावरत असली तरी बर्व्यांना तिचा आधार वाटायचा. त्यामुळं आता ते बेचैन झाले.
तिची वाट पाहात ते गॅलरीत उभे राह्यले. पलीकडच्या गॅलरीतून सुजातानं विचारलं,
‘केव्हा आलात?’
‘झाला अर्धा तास.’
‘वहिनी बाहेर गेल्यात का?’
‘काही कल्पना नाही.’
‘कुठंतरी चिट्ठी लिहिलेली असेल.’
‘पाहतो आहे का.’
बर्वे आत आले. त्यांनी सगळीकडं शोध घेतला. चिट्ठी मिळाली नाही. ते पुन्हा गॅलरीत आले.
‘मिळाली?’
‘नाही.’
‘मलाही सांगून गेल्या नाहीत.’
‘म्हणजे मग लगेच येणार असेल.’
‘चहा घेतलात का?’
‘नाही.’
‘पाठवते.’
‘नको.’
‘का?’
‘कारण काही नाही. पण नको.’
‘तुम्हाला कामावरून येताक्षणी चहा लागतो.’

‘कुणी सांगितलं?’
‘वहिनींनी.’
‘नको पण.’
‘माझ्याकडचा घ्यायचा नाही का?’
‘मी नंतर येतो. पाठवू नका.’

बर्वे नुसतं तसं म्हणाले. गेले नाहीत. घरातच बसून राह्यले. निर्माण झालेला दुरावा कधी संपेल हे त्यांना कळत नव्हतं. सुजाता जागा सोडून गेली की सगळं पूर्ववत् होणार होतं. ती आपण होऊन जाईल का? कुठं जाईल? आपण एकदा औदार्य दाखवल्यावर आता ‘जा’ असं म्हणताही येणार नाही.
छे!
सगळा घोळच झाला. यापेक्षा कावेरीजवळ अगोदर बोललो असतो तर? अर्थात मग काहीच घडलं नसतं. सुजाता इथं आलीच नसती. तिचा संसार मोडला म्हणून माझा मांडला गेला, ही भावना आपल्याला हुसकता आली नाही आणि प्रामाणिकपणे जे वाटत होतं ते कावेरीलाही अगोदर सांगता आलं नाही.
पण म्हणून कावेरीनं एवढं बिथरावं? गेल्या अनेक वर्षांत आपण असं कधी वागलो नाही याचाही तिला विसर पडावा? आणि याच विचाराच्या पाठोपाठ बर्व्यांच्या मनात आलं, या क्षणी कावेरीही अस्साच विचार आपल्या संदर्भात करीत असेल का? सर्वात जवळची माणसं असं वागू शकतात का? असा प्रश्न कावेरीला आपल्याबद्दल पडला असेल का?
पडला असेल तर तिची चूक नाही.
चूक तिची नाही, माझी नाही, मग तिढा सुटणार कसा?

या व अशा विचारात वेळ चालला होता. बर्वे तसेच अंधारात बसून राह्यले होते. किती तास? हे त्यांनाही कळत नव्हतं.
केव्हातरी बसल्या बसल्याच डुलकी आली.
बेल वाजली तशी जाग आली.
कावेरी आली असेल असा विचार करीत दार उघडलं तर समोर रेणुका.
‘मावशी आली?’
‘नाही अजून.’
‘तुम्ही झोपला होतात.’
‘हो.’
‘आय ॲम सॉरी.’

'डोण्ट वरी.'

'तुम्ही चहा प्यायला आला नाहीत.'

'तुझी ममी अजून वाट पाहात होती?'

'नाही. आता तर काय, जेवायची वेळ झाली. जेवलात की नाही ते पाहायला आले.'

'अजून नाही जेवलो.'

रेणुका गेली.

बर्वे दार बंद करून स्वयंपाकघरात आले. कुठं-कुठं काय-काय आहे हे त्यांनी पाहायला सुरुवात केली. संभाव्य भांडी, पातेली, डबे त्यांनी पालथे घातले.

आज स्वयंपाकघर रिकामं?

असंही आयुष्यात आजवर घडलेलं नव्हतं.

पुन्हा बेल वाजली.

नक्की कावेरी. आज मुकुंदा घरात नाही तेव्हा कुठंतरी हॉटेलात जेवायला जावं असा कावेरीचा बेत असेल. म्हणूनच तिनं स्वयंपाक केला नसेल आणि बाहेर जेवायला जायचं असेल म्हणूनच तिला बाहेरून यायला उशीर झाला असेल. या सर्व विचारांनी त्यांनी दार उघडलं तर सुजाता.

'तुम्ही?'

'मुद्दाम आले पाहायला.'

'काय?'

'जेवण झालं?'

'हो, येस.'

पण याही उत्तरात अर्थ नव्हता. आपल्याला नाटक करता येत नाही याचा बर्व्यांना नव्यानं उलगडा झाला.

त्यांच्या चेहऱ्याकडे पाहूनच सुजाता बेधडक आत आली. जेवण झाल्याच्या कोणत्याही खुणा तिला स्वयंपाकघरात दिसल्या नाहीत.

न बोलता ती पुन्हा आपल्या खोलीत आली.

पाच मिनिटांनी पुन्हा बेल वाजली. आता नक्की कावेरी. दार उघडलं तर सुजाता आणि रेणुका दोघी जणी. दोघींच्या हातात भांडी होती.

दोघींनी न बोलता स्वयंपाकघराचा ताबा घेतला. पाचच मिनिटांनी रेणुका बाहेर आली. गॅलरीत उभे राहून कावेरीची वाट पाहणाऱ्या बर्व्यांना तिनं हाक मारली. बर्वे आत आले तर तीन पानं घेतलेली.

'तुम्ही का त्रास घेतलात?' त्यांनी विचारलं.

'जेवण झाल्यावर सांगितलं तर चालेल ना?'

'कावेरी आली असती एवढ्यात. तिला एवढा उशीर कधी होत नाही, आणि घरात

अन्न नाही असं कधी घडत नाही.'

'बसा तर खरं, आपण त्यांचं घर उन्हात बांधू.' सुजाता म्हणाली.

'भले!'

'काय झालं?'

'लहान मुलासारखी समजूत घालता काय?'

रेणुका पटकन् म्हणाली, 'ही आमच्या बाबूजींची पद्धत.'

बर्व्यांनी तिच्याकडे चमकून पाह्यलं.

हा वय वाढलेला ससा आता अकारण गंभीर होणार हे ओळखून सुजाता मोकळेपणे हसत म्हणाली,

'एखाद्याला जास्तीत जास्त शिक्षा म्हणजे त्याचं घर उन्हात बांधायचं, यापेक्षा कधी यांना जास्त रागावताच आलं नाही. ते स्वत:ही रागवत नसत आणि मलाही रागावून देत नसत.'

रेणुका म्हणाली,

'रागावून देत नसत आणि तरीही राग टिकवला तर बंगाली गाणं म्हणत असत.'

बर्वे जरा मोकळे झाले. सुजाताकडे पाहात ते म्हणाले, 'मोडकांनी तुमचं नाव 'सुजाता' म्हणून सांगताच प्रथम काय आठवलं सांगू?'

'काय?'

'बर्मनदांचं 'सुनो मोरे बंधु' गाणं.'

'आमची रेणुका हे गाणं सुरेख म्हणते, आणि अगदी बर्मनदा टाइप म्हणते.'

'पाहू कधी योग येतो ते.'

'कमाल केलीत हं.'

'का– काय झालं?'

'इतक्या किरकोळ गोष्टीसाठी तुम्ही योगाची वाट पाहता? रेणु, म्हण आत्ताच.'

रेणुनं गाणं म्हणायला आरंभ केला. तिचा आवाज काहीसा किनरा होता. शास्त्रोक्त शिकवण नसल्यानं तो तयारही नव्हता. पण सूर सच्चा होता. आणि ढंग सही न् सही हव्या त्या वजनाचा होता. जमेल त्या पद्धतीनं बर्व्यांनी ताटावर ठेका धरला. आणि बरोबर मुहूर्त साधावा त्याप्रमाणे लॅचकीनं दरवाजा उघडून कावेरी आत आली. गाण्याचे सूर कानांवर पडताच ती दरवाजापाशीच थांबली. मग मात्र तिनं सावधानतेनं आवाज न करता परत दार लावलं.

गाणं संपेपर्यंत ती तिथंच थांबली. गाणं संपताच बर्वे म्हणाले,

'वा, अप्रतिम! गळा गोड आहे तुझा. शिकत का नाहीस?'

'विचार होता, पण सगळीच घडी विस्कटून गेली. आता एवढ्यात जमेल असं वाटत नाही.'

'जमेल जमेल, सगळं जमेल.'
'पाहायचं कधी ते!'
'आज अगदी अकल्पितपणे गाणं ऐकायला मिळालं.' हात धुवायला जाताना बर्वे म्हणाले, आणि मध्येच थांबून ते पुढं म्हणाले,
'तुम्हां दोघींचे मी किती आभार मानू?'
'आभारच मानणार असलात तर प्रथम सौभाग्यवतींचे माना. त्या बाहेर गेल्या म्हणून योग आला.' सुजाता म्हणाली.
'तिचे तर मानायलाच हवेत, पण आत्ताच सांगतो की ती असताना पुन्हा हे गाणं व्हायला हवं.'
हे बोलता बोलताच बर्व्यांनी समोर पाह्यलं आणि त्यांना आश्चर्य, आनंद आणि तरीही सुप्त भीती वाटली. पुढे होत ते म्हणाले,
'अरे वा! तू आलीस का? बरं झालं. रेणुका, आत्ताच मी तुला कावेरीसाठी वन्समोर देतो.'
'आत्ता नको. माझं डोकं दुखतंय. मी झोपणार आहे. तुमचं चालू दे.' एवढं बोलून कावेरी सरळ बेडरूममध्ये गेली.

दुसऱ्या दिवशी बर्वे कामावरून परतले तेव्हा घराची मांडणी बदलली असल्याचं त्यांच्या ध्यानात आलं. मुख्य म्हणजे सुजाताच्या आणि रेणुकाच्या खोलीकडे जाणारा जो दरवाजा होता तिथं एक गोदरेजचं कपाट ठेवलेलं होतं. आता कपाट बाजूला केल्यानं तो दरवाजा हवा तेव्हा उघडता येणार होता.
'मुकुंदा, कपाट कशाला हलवलंस रे?'
आई म्हणाली, या ॲरेजमेंटचा कंटाळा आला, काहीतरी बदल करूया. तिनं सांगितलं म्हणून मी कपाट फिरवून दिलं.
मुकुंदा त्याच्या खोलीत गेल्यावर कावेरी बाहेरच्या खोलीत आली. आदल्या रात्रीच्या कोणत्याही खुणा चेहऱ्यावर न दाखवता तिनं मोकळेपणी विचारलं,
'आता कशी वाटते खोली?'
'फार फरक नाही, पण बरी वाटते.'
'मला मुख्य म्हणजे कपाट हलवायचं होतं.'
कपाटाजवळ सहज गेल्यासारखं दाखवीत कावेरी म्हणाली,
'का?'
'काल तुम्हां सर्वांची जी कुचंबणा झाली ती पुन्हा व्हायला नको.'
'काय बोलायचं ते एकदाच स्पष्ट बोल. असे आडून वार नकोत हे एक आणि दुसरं म्हणजे इथं येऊन बोल. तिकडं ऐकू जाईल.'

'घाबरू नका. मुळीच ऐकू जायचं नाही. बंगाली, टॅलेन्टेड, वेल् मॅनर्ड माणसाशी तिनं संसार केलाय. चोरून ऐकण्याच्या एटिकेट्स त्यांच्या दोघींकडं नसणारच.'

'कावेरी, तुला जो काय सूड घ्यायचाय तो माझ्या एकट्यावर घे.'

'बरं बाई, तसं करते. त्या दोघींना मी मुळीच धक्का लावीत नाही. आणि खरं म्हणजे मी तुमच्यावरही सूड घेत नाही. तुमची सोय करतेय.'

'कसली सोय?'

'आता हे मधलं दार तुम्हाला केव्हाही उघडता येईल. म्हणजे पुन्हा मी अचानक बाहेरून आले तर त्या त्यांच्या घरात पटकन् आतल्या आत जाऊ शकतील. आपण एकटेच आहोत हेही तुम्हाला सहज सांगता येईल.'

बर्वे चिडून पण सौम्य स्वरात म्हणाले,

'तुला मी खूप शार्प समजत होतो पण तरीही तुला हे फार उशिरा सुचलं. एवढे दिवस वाया गेले.'

कावेरी गप्प बसली.

ती नंतर शांत झोपली. बर्वे जागे राह्यले.

घरातल्या सगळ्या माणसांना झोप लागणं आणि एकटाच कुणीतरी झोपेवाचून तळमळत राहणं– हा एक भयाण अनुभव असतो.

सोबतीला जागणारा फक्त अंधार आणि न संपणारे तास.

दुसरा दिवस ऑफिसात फार कंटाळवाणा गेला. जागरण आणि कावेरीचा विचार. जड मनानं बर्वे कामाचा भार लोटीत होते. ज्याप्रमाणे काल त्यांनाही रात्र कधीच संपणार नाही असं वाटत होतं, त्याप्रमाणं आजचा दिवसही संपत नाही असं त्यांना वाटत राह्यलं.

तेवढ्यात ऑफिस एक तास लवकर सुटणार असल्याची बातमी आली.

बस कंडक्टरला कुठंतरी मारहाण झाली होती. त्याच्या निषेधार्थ बसेस संपावर गेल्या होत्या.

बर्वे आणि त्यांचे मित्र बाहेर पडले.

मोठ्या माराकुटीनं त्या चौघांनी टॅक्सी मिळवली.

प्रत्येक जण घर गाठण्यासाठी पळत होता.

टॅक्सीतले इतर तिघं त्यांची त्यांची घरं आली तसतशी उतरत गेले, बर्व्यांजवळ पैसे देत तिघं गेले.

सिंडिकेटमधले फक्त बर्वे शेवटी राह्यले.

टॅक्सीनं वळण घेतलं आणि बर्व्यांनी समोर पाह्यलं तर सुजाता.

त्यांनी टॅक्सी थांबवून, टाळ्या वाजवून सुजाताचं लक्ष वेधून घेतलं.
'कुठं जायचंय?'
'घरीच.'
'बसा.'
'नको. मी येते मागून.'
'कशा येणार? बसेसचा संप आहे.'
'तरीच. कोणत्याही स्टॉपवर रांगा नाहीत तेव्हाच शंका आली.'
'चला मग.'
'मी ट्रेननं येते ना...'
'लोंबकळून येणार का टपावर बसून?'
'पण...'
'मीटरचं भाडं वाढतंय. बसा.'
सुजाता नाइलाजानं बसली.
'वहिनी माझ्यावर आणखी चिडणार आता.'
सुजाताच्या या विधानावर बर्वे पटकन बोलून गेले, 'आपण एकत्र आलो म्हणून?'
'ते तर झालंच. पण याशिवाय आणखीन कारण आहे.'
'काय?'
'त्यांच्याबरोबर मला डॉक्टरांकडं जायचं होतं.'
'डॉक्टरांकडं?'
'हो. आणि त्यापूर्वी थोडी खरेदी पण करायची होती. हा बसेसचा गोंधळ होईल याची काही कल्पना नव्हती.'
'आता आपण लवकर पोहोचू.'

कावेरी गॅलरीत उभी होती.
तिनं त्या दोघांना टॅक्सीतून उतरताना पाह्यलं.
ताबडतोब ती आत गेली. बाहेर जाण्याची साडी अंगावर होती ती तिनं भराभर सोडली.
बेल वाजताच 'एक मिनिट थांबा' असं ती आतूनच ओरडली.
दार उघडलं जाताच सुजाता म्हणाली,
'वहिनी, व्हेरी सॉरी. अचानक बसेसचा संप सुरू झाला म्हणून उशीर झाला. चला, आपण जाऊ.'
'आता नको. मी वाट पाहून कपडेही बदलले.'
'शॉपिंग राहू दे. डॉक्टरांकडे चला.'

'नको आता. आज कॅन्सलच करू. उशीर झाला.'

'डॉक्टर भेटतील तरी. चला, बर्वे अचानक भेटले म्हणून लिफ्ट तरी मिळाली.'

'नको, आणि तशी मी आता बरी आहे.'

सुजाताला मग जास्त आग्रह करता आला नाही. तरी न राहवून ती म्हणाली,

'तुम्ही रागावलात?'

'मुळीच नाही. फक्त एक सांगणार होते.'

'सांगा ना.'

'तुमचा अगोदर काही कार्यक्रम ठरलेला असला तर त्याला माझी मुळीच हरकत नाही. फक्त मला अगोदर सांगत जा. मग माझं काही म्हणणं नाही.'

विषय एकदाच धसास लावायचा म्हणून रात्री बर्वे म्हणाले,

'तू हे जे कल्पनेचे सूड उगवत आहेस हे बरं नाही, इतकंच सांगतो.'

'आता मी...'

'त्यापेक्षा या दोघींना ताबडतोब बाहेर काढा म्हणून सांगितलं असतंस तर चाललं असतं.'

'मी कशाला वाईटपणा घेऊ? म्हणजे त्यांना जागा देऊन तुम्ही चांगले ठरा आणि मी वाईट. असं का?'

'कावेरी...'

'थांबा आता. मला सगळं बोलू दे.'

'बोलच. मीही वाट पाहतोय त्याची.'

'ही तुमची सुजाता...'

'नीट बोल.'

'काय चुकलं?'

'तुमची सुजाता काय?'

'हात्तिच्या, इतकंच ना? बोसबाबूंची सुजाता म्हणते. चालेल?'

'बोला, पुढचं बोला.'

'बोलणारच आहे. कारण मला न बोलणं असह्य होत चाललं आहे.'

'मलाही.'

'मग सांगून टाका खरं ते. ही सुजाता दिसायला जर चांगली नसती तर तुम्हाला तिची एवढी कीव आली असती का?'

'तुला आता कसं सांगू? तिला पाहण्यापूर्वीच आपण त्यांना अशी मदत करावी असं मला वाटत होतं.'

'असेलही कदाचित तसं.'

‘म्हणजे काय कावेरी? तुझा कोणत्याच बाबतीत विश्वास बसत नसेल तर चर्चेत तरी काय अर्थ आहे?’
‘राह्यलं!’

तिघंही गेटवे ऑफ इंडियाजवळ आली.
‘इथं बसूया?’
सुजाता काही बोलली नाही. तिला ती जागा पसंत पडली नाही.
‘Let us go to...’
‘नको, थांबूया इथंच.’
‘मलबार हिलवर जायचं का?’
‘नको. उगीच टॅक्सीचा खर्च कशाला? इथंच बसूया. म्हणजे घरी पोहोचण्याचा प्रश्न पडायचा नाही.’
त्यातल्या त्यात मोकळा कट्टा शोधून तिघंही तिकडं वळली.
‘बोला, निरोप घ्यायला आला म्हणजे काय?’
‘मी जाणार आहे.’
‘कुठं पण?’
‘आज शांतारामला फोन केलाय. तो रात्री येईल.’
‘आणि पुढं?’
‘पुढं तो ठरवील ते. तुमच्या जागेत मी राहात नाही एवढं नक्की.’
‘का?’
‘तुम्हाला मी कारण स्पष्ट करून सांगायलाच हवं का? याहून ताणण्यात काहीच अर्थ नाही.’
बर्वे गप्प बसले. त्यांनाही सुटका हवीच होती. पण ती अशी नको होती.
‘आय ॲम सारी. आय जस्ट काण्ट एक्स्प्लेन.’
‘तुम्ही कोणताही मनस्ताप करून घेऊ नका. हे सगळं असंच होणार होतं, हे मला माहीत होतं. एवढ्याचसाठी मी यायला तयार नव्हते. शांतारामजवळ मी बोललेही होते.’
‘मला मोडकांनी ते सांगितलं होतं, पण मला हे कळत नाही, की ही सगळी माझी माणसं...’
‘आपलीच माणसं अशी वागतात. मला त्यात मुळीच नवल वाटत नाही.’
‘तो तुमचा मोठेपणा आहे.’
‘मोठेपणा मुळीच नाही बर्वेसाहेब. अनुभवानं हे लादलेलं शहाणपण आहे. मीही सामान्य आहे. फार मोठं इमेज तुम्ही माझ्याबद्दल बाळगू नका.’

'असं कसं म्हणता?'

'अनुभवानं म्हणते. बायको ही तशी परकीच असते. सतरा-अठरा ते वीस-बावीस वर्षं स्वतंत्र जगलेली व्यक्ती असते. ती अशी वागली तर नवल नाही. माझ्या बाबतीत प्रत्यक्ष जन्मदात्या आई-वडिलांनी माझं नाव टाकलं तेव्हा मी काय केलं असेन?'

'पण असं का?'

'जेवढं घट्ट नातं तेवढे तीव्र मानापमान. परक्या माणसाला आपण प्रेमही देणं लागत नाही तसाच रागही.'

'पण कावेरी तशी नव्हती हो.'

सुजाता नुसती हसली. हसता हसता तिनं रेणुकाकडं पाह्यलं. रेणुका तशीच हसली. सगळं ओळखल्याप्रमाणे बर्वे तावातावानं म्हणाले,

'खरंच कावेरी तशी नव्हती. मी तिला अठरा-एकोणीस... नाही, चांगलं बावीस वर्षं जवळून पाहतोय. ओळखतोय.'

'पाह्यलं असेल, पण ओळखलं नाहीत.'

'असं दुर्दैवानं आता म्हणावं लागतंय.'

'तुम्ही त्यांना अगोदर विश्वासात घ्यायला हवं होतं.'

'तिची संमती मिळाली नसती.'

'हे माहीत असूनही त्यांचं मन का मोडलंत?'

'तो माझा वीकनेस होता.'

'हो ना?'

'सुजाताबाई, पहिला हार्ट ॲटॅक आला की काय काय वाटतं याची तुम्हाला कल्पना नाही. सगळीसगळी उलथापालथ होते. दुसऱ्याचं दुःखं आणि स्वतःचं दुःखं हा भेदच, पहिली कळ येताच नष्ट होतो. त्यात भर म्हणजे, मी अशा घरात संसार मांडला...'

बर्वे थांबले. हार्ट ॲटॅक आलेल्या माणसाची तडफड आपण हिला काय सांगणार? ते थांबलेच.

'बोला ना.'

'मला त्या घरात गुन्हेगारासारखं वाटायला लागलं. सुखाचा, स्वास्थ्याचा रंगच बदलून गेला. गॉगल चढवला की बाहेरचे रंग मूळ स्वरूपात सापडत नाहीत. संसारही भेटेनासा झाला. याउलट कावेरी. माझ्या या दुःखात, जाणिवेत ती सहभागी होणार नव्हती.'

'ते मी सगळं जाणू शकते.'

'तुम्ही जाणताय, पण कावेरी...'

‘त्यांचंसुद्धा चुकलेलं नाही.’
‘तेवढंच तुम्ही मला सांगू नका. मी खूप विचार केलाय सगळ्यावर. तुम्हाला बाहेरून काही कळायचं नाही. पापणीच्या आत झालेली लहानशी पुटकुळी फक्त डोळ्याला समजते.’
‘म्हणून कुणी डोळा फोडतो की काय?’ सुजातानं पटकन विचारलं.
‘मुळीच नाही. संसारही कुणी तेवढ्यावरून मोडत नाही. पण त्याला अर्थ राहील का? ‘नांदा सौख्यभरे’ या आशीर्वादात ‘नांदा’ हा शब्द महत्त्वाचा! जिथं ‘नांदणं’ संपतं, तिथं फक्त एकत्र राहणं उरतं.’
सुजाता समजुतीच्या स्वरात म्हणाली,
‘असाच सगळा विचार कावेरीनं केला तर?’
‘तिनं मला सरळ सरळ या दोघी इथं राहता कामा नयेत असं ठणकावलं का नाही?’
‘तो त्यांचा वीकनेस समजा तुम्ही. स्पष्ट बोलायचं धाडस जसं तुमच्यात नव्हतं तसंच ते त्यांच्यात नाही. यात एवढा धक्का बसण्यासारखं काय आहे?’
हा विचार सर्वस्वी नवा होता. बर्वे पाहातच राह्यले. सुजाता म्हणाली,
‘सगळ्या बायका सारख्याच असतात.’
‘छे, छे, तुम्ही निराळ्या आहात.’
‘मुळीच नाही. ज्या बाबूजींबरोबर मी संसार केला, जिवापाड मी ज्यांच्यावर प्रेम केलं, ते बाबूजी जर असे वागले असते तर माझी कावेरीच झाली असती. असं पाहू नका. कावेरीचा विचार करा. त्यांनाही तुमच्यासारखंच स्थैर्य हवं होतं. मालकीची जागा हवी होती. ती त्यांना मिळते आणि तिथे एक परकी स्त्री येते. आपल्या हातून संसार निसटतो की काय याची त्यांना भीती वाटते. यात नवल काय?’
‘पण तिनं मला ओळखलं नाही का?’
‘तुम्ही त्यांना ओळखलंत?’
‘बावीस वर्षांनंतर...’
‘असंही म्हणू नका. त्यांच्यावर अन्याय होईल.’
‘कसा?’
‘बावीस वर्षं कशी गेली?’
‘दृष्ट लागेल अशी.’
‘मग या एकाच प्रसंगानं त्यांच्या चांगल्या वागण्यावर पाणी पडेल.’
‘मला तिनं स्वार्थी ठरवलं आहे.’
‘तेही मी बरोबर म्हणत नाही. म्हणूनच मी जागा सोडून गेले की सगळं व्यवस्थित होईल.’
‘सुजाताबाई, तेच वाईट आहे. आम्ही एकमेकांना ओळखू शकलो नाही.’

'यातलं हेच दुःख खरं. बाकी सगळं खोटं समजा. एक संसार उद्ध्वस्त केल्यावर दुसऱ्या संसाराला जागा मिळते हा विचार न पेलल्यानं तुम्ही मला बोलावलंत. माझा संसार उद्ध्वस्त झालाच आहे. तो निसर्गानं केला. तिथं इलाज नव्हता. संसारापेक्षाही एकमेकांवरचं प्रेम उद्ध्वस्त होणं जास्त भीषण आहे. म्हणून मला परवानगी द्या. यात कुणाचाही पराभव नाही. तुमचा नाही. कावेरीचा नाही. कुणाचाच नाही. आपण कुणाला ओळखू शकलो नाही आणि आपल्याला कुणी ओळखलं नाही असलेही विचार करून अस्वस्थ होऊ नका. ओळखीचं नातं माणसापेक्षाही प्रसंगाशी जास्त बांधलेलं असतं. आणि प्रसंग नेहमीच अनोळखी असतात, परके असतात. परक्यासारखे येतात, परक्यासारखे जातात.'

बर्वे भारावून गेले. त्याच अवस्थेत ते म्हणाले,

'हे सगळं कावेरीला सांगाल का?'

'नको.'

'मी सांगू?'

'नको.'

'मग तिला कसं समजेल?'

'तुम्ही फक्त त्यांची क्षमा मागा.'

बर्वे गप्प बसले. सुजाता म्हणाली,

'हे खूप अवघडही आहे आणि सोपंही आहे. कावेरीला खूप मोठी समजाल तर क्षमा मागणं अवघड जाईल. बरोबरीची समजाल तर ते सोपं आहे.'

बर्वे जरा वेळानं म्हणाले,

'पण क्षमा...'

'प्रथम तुमचं चुकलं म्हणून.'

'कबूल. मी मागेन क्षमा. पण तिनं ती केली नाही तर?'

'ते त्यांच्यावर सोपवा. तुम्ही क्षमा मागायचा मोठेपणा का दाखवू नये?'

बर्वे गप्प बसले. ते खूप घाबरलेही होते आणि त्यांना बरंही वाटत होतं. खूप खूप मोकळं वाटत होतं. मोठा श्वास घेऊन त्यांनी समुद्राकाठची खारी हवा भरभरून घेतली आणि सुजाताकडं पाह्यलं.

मग प्रसन्नपणे हसले.

सुजाताला त्या क्षणी बरं वाटलं. तीही हसली.

वय वाढलेला ससा काहीशा निश्चयानं उठला. न बोलता तिघंही चालू लागली.

"ताई, मला जास्तच उदास वाटायला लागलं आहे, हे सगळं ऐकून."

"तशीच परिस्थिती आहे. म्हणून म्हणाले, 'खरा संसार हा एकाच दिवसाचा आणि एकाच रात्रीचा असवा. बाकी पुनरावृत्ती असते. माणूस खरं तर सहज सुखी होऊ शकेल. सुखी होणं हे एवढं दुर्मिळ नाही. अहंकार सोडावा आणि जगातल्या चांगुलपणावर नितांत श्रद्धा ठेवावी. सुख दाराशी हात जोडून उभं राहील. पण तसं होत नाही. गडे दुनियाझाद, सुनील काय, बर्वे काय या वृत्ती आहेत. ही माणसं, या व्यक्ती काय गमावतात, काय मिळवतात हे फक्त त्यांनाच माहीत. मोहावर जेव्हा ही मंडळी मात करतात तेव्हा त्यांच्या त्या यशाला सत्काराचे हार नाहीत आणि पराभवाच्या दुःखाला सांत्वनाचा स्पर्श नाही. यांची सहनशक्ती पाहून मन थक्क होतं. पण गडे दुनियाझाद, कुणी संशय घेतला तर तो अपमान सहन न करणारी एखादी तेजस्विनीही असते, हे तुला माहीत आहे का?"

"ताई, तू कुणाबद्दल म्हणतेस?"

'शारदेचं हे पत्र वाच.'

असं म्हणून शहराझादनं जवळचा मोहोरबंद लखोटा दुनियाझादच्या हातात दिला आणि ती बादशहाचे पाय चेपू लागली.

गोष्ट दहावी / संशयी नवऱ्यापायी आयुष्याला मुकलेल्या अरुंधतीची गोष्ट

श्री.
सोलापूर, ता. ५ जून १९७०

श्री. रा. रा. मुकुंदराव यांसी,
स. न. वि. वि.

विहिणीनं व्याह्यांना लिहिलेलं हे असलं पत्र आजवरच्या इतिहासात पहिलंच असावं आणि भविष्यकाळातदेखील हे पत्र पहिलं आणि शेवटचं ठरावं.
मी तुम्हाला किती लिहू? कसं लिहू?
मला मुळात पत्रलेखनाचा सराव नाही. पत्र लिहिणं एक कला आहे. ती माझ्याजवळ नाही. शिक्षण अपुरं सोडलं, पण अभ्यास म्हणून जे निबंधाच्या वहीत पत्र लिहितात,

त्यातसुद्धा मी नापास व्हायची.

हे झालं शाळेतलं. शाळा सोडून किती वर्षं झाली तेही आठवत नाही. संसारात पडून झाली चौतीस वर्षं. हातात कागद-पेन्सिल धरायची वेळ आजवर आली नाही. हात कापतोय. भित्र्या माणसानं प्रथम तलवार धरावी त्याप्रमाणं. तलवारीपेक्षा लेखणी तिखट असं केव्हातरी कानांवर पडलं होतं. केव्हा तेही आत्ता आठवत नाही. पण या क्षणी, कापणाऱ्या हाताकडं पाह्यलं की हे पटत नाही.

पाहा. मी चालले भरकटत.

सरावच नाही. कसा व्हावा? चौतीस वर्षांत 'यां'ना पत्र कधी लिहिलं नाही. 'यां'नी माहेरी पण कधी पत्र लिहू दिलं नाही. सांगू नये, पण हे पत्र मी आपल्याला चोरून लिहीत आहे. देवळात जाते असं सांगून मैत्रिणीकडं येऊन आणि तिथं बसून हे लिहिते आहे. या वेगानं, पत्र पुरं होणार आहे.

कधी ते सांगता येत नाही.

तुम्ही येऊन भेटून गेलात.

त्या भेटीत कितीतरी बोलायचं होतं. पण संधी मिळाली नाही. त्या येण्याला 'भेट' म्हणताच येणार नाही. आपल्याला मी फक्त पाह्यलं. बोलू शकले नाही. चार माणसांत बोलणार कसं? आडोसा तरी मिळणार कसा? देवळात गुपचुप भेटलो असतो, पण निरोप द्यायला अवधी नव्हता.

तुम्ही राह्यला नाहीत.

परिस्थिती वेगळी होती. 'राहा' म्हणताही आलं नाही.

म्हणून पत्र.

लेखी कुणाच्याही तावडीत सापडू नये म्हणतात. तरी पण लिहिते.

तुमच्यावर विश्वास ठेवून लिहिते.

माझा गळा कापू नका– अशी कळकळून प्रार्थना करून पत्र लिहिते.

यांना तर मुळीच सांगू नका. नाही तर जीव देण्याची वेळ येईल.

खरं तर पुष्कळ जगले.

चौतीस वर्षं संसार केला.

खूप झालं.

पण आयुष्य आपोआप संपत नाही.

आपण होऊन संपवण्याचं धाडस नाही.

समईत किती तेल उरलंय, कळत नाही.

ह्यांना सांगू नका.

ह्यांना कळलं तर धडगत नाही. त्यांनी ही समई जबरदस्तीनं विझवली तर मला

हवंय.

पण तसं ते करणार नाहीत.

मग त्यांना करमणूक उरणार नाही.

ते डाफरतील कुणावर?

आरडाओरडा कुणावर करतील? शिव्या कुणाला घालतील?

कारण, ते आता थकले.

मार खाऊन मी नाही थकले. कातडीला सुरकुत्या पडू लागल्या आहेत. पण ती कातडी माराला हटणार नाही.

त्यांना तर हातही उचलवत नाही.

आणि म्हणूनच, या पत्राचं त्यांना कळता कामा नये.

त्यांचा तो अगतिक जळफळाट, मला बघवणार नाही.

पाहा, मी पुन्हा भरकटले.

मला लिहायचं होतं ते अरुंधतीबद्दल.

होय.

तुमच्या मुलीबद्दल. माझ्या सुनेबद्दल.

तिच्याबद्दल किती लिहू?

पन्नाशीच्या घरात गेलेल्या तिच्या या सासूला तिनं, माणसानं कसं जगावं हे शिकवलं. तिनं घालून दिलेला धडा गिरवण्याचं तर सोडाच, पण अधू झालेल्या या डोळ्यांनी वाचण्याचं देखील सामर्थ्य मला नाही.

लिहिण्याचा सराव नाही. वाचनाचा नाही. वाचलाही असता सुनेनं घालून दिलेला धडा, पण तिनं दाखवलेल्या तेजानं नजरच हरवली. समोरचं काही दिसतच नाही.

हे असंच होतं.

जरा धग सहन होत नाही.

लग्नात पण तस्संच झालं.

झाली आत्ता चौतीस वर्षं.

पण आठवतंय सगळं.

होमाचा जरासा– जरासाच धूर झाला.

पण ती धग सहनच झाली नाही.

कुठून तरी शब्द आले,

'हाताला हात लावा,'

स्वतःचा दुसरा हात, त्या धगीत सापडेना, मग यांचा हात कुठला सापडायला?

तेवढ्यात शेजारूनच होमाच्या धगीपेक्षा जळजळीत शब्द आले,

'वेंधळे, कुणाकडं पाहते आहेस?'

अंदाजानं हात पलीकडे नेला. त्यांनी अगोदर तो धरला की मलाच त्यांचा हात सापडण्यात यश मिळालं कोण जाणे.

होमाच्या धुराची धग संपली.

नजर स्वच्छ झाली.

पलीकडचं दिसायला लागलं.

मला आईला पाहायचं होतं. बाबांना पाहायचं होतं. मामा दिसायला हवा होता.

इकडंतिकडं नजर फिरली.

पुन्हा शब्दांची फैर झडली.

'टकमक पाहू नको प्रत्येकाकडं. खाली बघ.'

मग मान खाली गेली.

खाली गेली ती मात्र खालीच राह्यली. चौतीस वर्षं! डोळ्यांवर पट्टी न बांधता गांधारी झाले.

नजरेला नजर एकदाच दिली.

केव्हातरी आरोप असह्य वाटला म्हणून.

'कुलटा'– ही शिवी कुणाला सहन होईल? मी ताडकन् मान वर केली.

डोळ्याला डोळा रोखला.

पुढच्याच क्षणी त्या डोळ्यांसमोर काजवे चमकले.

गालावर बोटं उमटली. पुढच्या दोन दातांपैकी एक दात निखळला.

उभीच्या उभी कोसळले.

डोकं जात्यावर आपटलं.

नंतरचं काही आठवत नाही.

आता आरशात पाहते, तेव्हा ती खोक दिसते.

पण, मी हे पुढचं लिहिलं.

लग्नात तर काय काय घडलं.

टकमक पाहू नको म्हणताना मी मान खाली घातली.

नंतर पंगत बसली. घास देण्याघेण्याची वेळ आली. आता वर पाहायलाच हवं. हातात घास घेऊन उभी राह्यले. घास खरं तर बसून द्यायचा. पण हे तेवढ्यात खेकसले. मी उभी राह्यले. पण उखाणाच आठवेना. पाठ केलेले विसरलेच. मग फार फार घाबरले. चेहरा रडवेला झाला. त्या क्षणी मामा मदतीला धावून आला. आमचा मामा फार गमत्या. नकला करायचा. कविता करायचा. त्याचं अक्षरही चांगलं होतं. माझ्या मुलाचं अक्षर, माझ्या मामासारखं वळणदार हवं म्हणून मी मामाला म्हणाले

होते,
'मला मोठ्ठं मोठ्ठं पत्र पाठव. मी ते जपून ठेवीन. कायम जपून ठेवीन. माझा मुलगा किंवा मुलगी जेव्हा शाळेत जाऊ लागेल तेव्हा तुझं पत्र मी त्यांना दाखवेन आणि सांगेन, की अक्षर असं हवं.'
त्यावर 'हो पाठवीन'– असं म्हणायचं तर मामा तेव्हा म्हणाला,
'तुला आत्ताच डोहाळे लागले का?'
असा वात्रट.
पुन्हा भरकटले.
सांगायचं राह्यलंच.
माझी अवस्था पाहून मामा धावून आला मदतीला.
कवितेतले उखाणे त्यानंच करून दिले होते ना? त्याला वाटलं, मी विसरले. त्यानं दोन उखाणे उभ्यानंच कानात सांगितले. आणि एकाएकी काय झालं कुणास ठाऊक, नाव घ्यायला सुरुवात करण्यापूर्वी 'हे' पंगतीतून उठून निघून गेले. नवरदेव रुसले, पानावरून उठले म्हटल्यावर सगळी पंगत उठली. यांची समजूत घालायला सगळेच धावले.
हे कुणाशी बोलेनात.
हो-ना करता करता मला पाठवण्यात आलं. सगळी त्या खोलीतून बाहेर गेली.
'निर्लज्ज...' त्यांचा शब्द आला.
मी पायांवरच पडले.
प्रसंगच तसा. वय अवघं सोळा.
कळत नव्हतं, वळत नव्हतं. नवरा पानावर पुन्हा बसायला हवा, एवढंच समजत होतं.
अख्खी पंगत खोळंबली होती.
'पुन्हा करशील?' हे गरजले.
'काय केलं मी?'
'तोंड वर करून विचारतेस? त्या मामाशी बोलशील?'
'मी नाक घासते, तुम्ही आरडाओरडा करू नका. मलाच सांगा, काय सांगायचं ते.'
एका दमात बोलले. ते खाली बसले. गुरगुरत बोलले,
'भर पंगतीत तुझ्या कानाला तोंड लावून, तो परपुरुष माझ्यासमोर तुझ्याशी बोलतो?'
'माझा तो मामा...'
'म्हणजे पुरुषच.'
मी गप्प बसले.
'जेवायला चला.'

'तुझा मामा गेल्यावर येईन.'
आता मामाला हे कसं सांगायचं?– पण सांगायची वेळ आली नाही. माझा बिलंदर मामा त्याच खोलीत लपला होता. त्यानं सगळं ऐकलं होतं. एक शब्दही न बोलता तो निघून गेला. तो गेला. माझा मामा मला कायम दुरावला. ज्यानं मला अंगाखांद्यावर वाढवली, खेळवली, तो एका क्षणात उरात बाण घेऊन गेला.
नवरदेव पानावर बसले.
पंगत बसली.
हातात घास घेऊन मी उभी राह्यले. मामानंच करून दिलेला उखाणा मी घेतला. 'श्रावण आला, सरी कोसळल्या, सृष्टीचं हरपलं भान; विश्वासरावांच्या छातीवर विश्वासानं टेकते मान.'

लग्न आटोपलं.
मी त्यापूर्वीच आटोपलेली होते.
आम्ही स्टेशनवर आलो. सोबतीला कुणीही येण्याची गरज नाही, असं यांनी धमकावलं. नवीन लग्न झालेली इतर जोडपी प्रवास कसा करतात ते मला माहीत नाही.
माझा प्रवास माझ्या दृष्टिकोनातून भयंकर, त्यांच्या दृष्टिकोनातून यथोचितपणे पार पडला तो कसा? तर मी बायकांच्या डब्यात आणि ते पुरुषांच्या.
वाड्यात प्रवेश करण्यापूर्वी त्यांची सूचना.
'कुणाशी बोलायचं नाही, कुणाकडं पाहायचं नाही.'
वाड्यात प्रवेश झाला.
आपापल्या दरवाज्यांतून अनेक पाहात असावेत.
कल्पना नाही.
मला फक्त सगळ्यांचे पायच दिसत होते.
त्या दिवशी या वाड्यात मी प्रवेश केला. प्रवेश केला तो केला. चौतीस वर्षांत चौतीस वेळा तरी बाहेर पडले की नाही, सांगता येणार नाही.
स्वारी कामावर जाताना बाहेरून कुलूप लावून जाऊ लागली. मी का म्हणून विचारलं नाही.
वाड्यात पण तसं विचारण्याची कुणाची टाप नसावी.
घरात एक पुस्तक नव्हतं.
भिंतीला एकही चित्र नव्हतं. घरात एकाही नातेवाईकाचा, पूर्वजांचा फोटो नव्हता. घरकामाला बाई होती. सकाळी स्वारी कामावर जाण्यापूर्वी ती यायची आणि मग एकदम रात्री; दुसऱ्यांदा यायची! पोस्टमनही कधी फिरकला नाही. त्यांना कधी

कुणाचं आयुष्यात पत्र आलं की नाही, माहीत नाही. पण तो पत्रव्यवहारही ऑफिसच्या पत्त्यावर चालायचा.
सकाळी दूधवाला यायचा. दूध घ्यायला रोज हे स्वत: उठायचे. परपुरुषाचं नखही नजरेला पडू नये म्हणून ही सगळी दक्षता होती.
आपल्या उपस्थितीत मोलकरणीनं कामाला आलं पाह्यजे, हा दंडक एवढ्यासाठीच होता की एरवी मोलकरणीनं मला इकडचं तिकडचं काही सांगितलं असतं.

लग्न होऊन चार महिने झाले.
अचानक एके दिवशी मामा भेटायला आला.
त्यांनं पाह्यलं तर बाहेरून कुलूप. तो मग शेजारी चौकशी करायला लागला. त्याचा आवाज मी लगेच ओळखला आणि कंठात प्राण आणून मी ओरडले,
'मामा...'
'शारदा, तू आहेस घरात?'
'हो.'
'अग, मग कुलूप का?'
'मागच्या बाजूला ये, सांगते.'
मामा मागच्या दारी आला. तिथं एक खिडकी होती.
मी आत. मामा बाहेर.
'अजून तुमचं उजाडलं नाही वाटतं? मजा करा, मजा करा.'
मामाचा स्वभाव तस्साच होता.
मी गप्प होते.
'कुणी त्रास देऊ नये म्हणून बाहेरून कुलूपं लावता काय? नवऱ्याला इतकं बाईलवेडं करणं बरं नाही.'
मामा असं म्हणाला. मी हुंदका दिला.
रडता-रडता मी सगळं सांगितलं.
माझा सख्खा मामा. पण तो बाहेर, मी आत. त्या परिस्थितीत तीन तास आम्ही नुसते बोलत होतो. म्हणजे मी रडत होते, तो समजूत घालत होता. खिडकीच्या गजातून हात घालून तो माझं तोंड कुरवाळीत होता. केसांवरून हात फिरवीत होता. असे तीन-साडेतीन तास गेले. जेवायचं भान नव्हतं. मामा म्हणाला शेवटी,
'शारदा, मी येतो.'
'थांब रे.'
'मला आता उभं राहवत नाही.'
'थोडा थांब.'

'अग थांब काय, चांगला राह्यलोही असतो. तुला आता सांगतो, उभं का राहवत नाही ते.'
मामानं दाखवलं आणि काळजात सुरी फिरली. मामाचा डावा पाय भोपळ्यासारखा सुजला होता. लक्षच गेलं नाही कसं?
कसं जाणार? खिडकी त्या मानानं उंच होती.
'मामा, काय झालंय?'
'चप्पल लागल्याचं निमित्त. जखम झाली. आता ती बरीच होत नाही. चालवत नाही, उभंही राहता येत नाही. कोर्टाचं काम निघालं, यावं लागलं. मी जातो आता. तुला पाहिलं, बरं वाटलं.'
'मामा चिमूटभर साखर तरी...'
'मला साखर खायची नाही, शारदा.'
'मग थांब, थोडी पोळी भाजी खाऊन जा.'
खिडकीतून ताटली सरकवली. चमच्या चमच्यानं वाढलं.
खिडकीपाशी उभं राहून आम्ही गप्पागोष्टी करीत जेवलो.
चार महिन्यांनंतर मी मनसोक्त बोलत होते. पुन्हा कधी एवढं बोलायला मिळेल सांगता येत नव्हतं.
काय बोलू? किती बोलू?
तीन तासांत मामाला पाचशे वेळा विचारलं असेन,
'मामा, पुन्हा कधी येशील? कधी येशील?'
'नातवाच्या बारशाला.'
मामा आला आणि गेला. दहा वर्षांनी माझं आयुष्य वाढवून गेला.
ही भेट मात्र चोरून ठेवता आली नाही.
मीच वेंधळी.
मामाची ताटली, भांडं मी तिथेच खिडकीपाशी विसरले.
असं कसं चुकलं?
मामा गेला आणि बाहेरच्या खोलीत मी आले. जाता जाता मामा बाहेरून ओरडला,
'शारदा बेटा, जातो. जपून राहा.'
मामाचे हे शेवटचे शब्द. मी तशीच दरवाजाला डोकं टेकून रडत बसले.
रड-रड रडले आणि तिथंच झोप लागली.
जाग आली ती नेहमीच्या आवाजानं. कुलूप काढल्याचा आवाज.
धडपडत उठले.
स्वारीच होती. स्वारीच असणार.
नेहमीचा प्रश्न, 'कुणी आलं होतं का?'

कुलूप लावल्यावर कोण येणार? असं उलट विचारण्याचा रोज मोह व्हायचा. फक्त 'नाही' म्हणाले.

त्यांनी नेहमीप्रमाणे मागच्या मागं दार लावून टाकलं. कधी कट्ट्यावर बोलत बसलो आहोत, उघड्यावर फिरायला गेलो आहोत, काही नाही, म्हणजे काही नाही.

कामावरून आलं की माडीवर जायचं.

तिथून हाक मारायची.

हाक येताच मी वर पोहोचायला हवं. उशीर खपायचा नाही.

क्रूर श्वापदाप्रमाणे त्यांनी तुटून पडायचं.

आपण हो म्हणायचं नाही, नाही म्हणायचं नाही. त्या वेळी पण त्यांचा आरडाओरडा चालायचा.

क्वचित् चपराक बसायची. सगळं ओरबाडून झालं की तो राक्षस शांत व्हायचा.

मी वर गेले नाही.

हाकांमागून हाका आल्या. जायला हवं हे कळत होतं. पण शरीर उठत नव्हतं. मामाचा एकच पाय भोपळ्यासारखा सुजला होता. मला दोन्ही पाय सुजल्याप्रमाणे वाटत होते.

स्वारी दणादणा खाली आली.

'बहिरी झालीस का?'

मी मानेनं नकार दिला.

'थोबाड उचकट ना. मुकी झालीस?'

'मी आज दमलेय हो.'

'दमायला काय झालं? दुपारी कुणाला घरात घेतलं होतंस का?'

धरणी दुभंगली नाही, काही झालं नाही. रामायणसुद्धा त्या क्षणी खोटं वाटलं. तरातरा ते मागच्या ओसरीतून खोलीत गेले. लगेच पुन्हा परतले. ताटली, भांडं इकडे तिकडे भिरकावीत ते ओरडले,

'ही भांडी त्या खिडकीपाशी कशी गेली?'

'मामा आला होता.'

'कोण? मामा?'

'हो.'

'भर पंगतीत तोंडाजवळ तोंड आणून...'

'थांबा–' कशी कुणास ठाऊक मी ओरडले.

त्या क्षणी ते अंगावर धावून आले.

'तो इथं का आला होता?'

'मला भेटायला.'

'खिडकीपाशी उभं राहून तुम्ही बोललात?'

'हो.'

'सटवे, खिडकीपाशी उभं राहून परपुरुषाशी कोण बोलतं ते माहीत आहे?– कुलटा..'

मी चमकून वर पाह्यलं. डोळ्याला डोळा दिला. पुढच्याच क्षणी काय झालं कळलंच नाही. गालावर बोटं उमटली. पुढच्या दोन दातांपैकी एक निखळला. उभीच्या उभी कोसळले.

डोकं जात्यावर आपटलं.

नंतरचं काय आठवत नाही. डोक्याला बँडेज कुणी बांधलं हेही आठवत नाही.

आठवतं इतकंच, की त्यांनी तशाही अवस्थेत गय केली नाही. त्यांना हवं ते वसूल केल्याशिवाय ते राह्यले नाहीत– माझ्या तशाही अवस्थेत.

निसर्ग काही जाणत नाही. इच्छा असो वा नसो. मनं जुळलेली असोत वा नसोत. मला दिवस राह्यले.

मला आभाळाएवढा आनंद झाला.

दुःखही झालं.

या कैदेतून या निमित्तानं माझी सुटका होणार, का या कैदेत आणखी एक कैदी होणार?

कसं का असेना? काही दिवस माहेरी जायला मिळणार, हा आनंद होता.

बाळंतपण इथंच व्हायचं ठरलं. मध्ये किती घटना घडल्या ते सांगत नाही. तुम्ही कंटाळाल.

ऐन बाळंतपणात आई आजारी पडल्यानं येऊ शकली नाही. दवाखान्यात किंवा प्रसूतीगृहात जाण्याचा प्रश्नच नव्हता. तिथं परपुरुष होते.

घरी सुईण आली.

तीही फार उशिरा.

मी वेदनांनी तळमळत होते. विव्हळत होते. वाड्यातल्या बायका खोळंबल्या होत्या. त्या आत कशा येणार?

धीर द्यायला कुणी नाही.

दरवाजाला बाहेरून कुलूप होतं, त्या तशा माझ्या अवस्थेतही देवकीचं दुःखं त्या क्षणी समजलं.

घरात कृष्ण जन्माला आला.

आई-बाबा आले, पण फक्त दोन दिवस राहून परतले.

मुलगा झाल्याचा आनंद होताच, पण नियतीनं या आनंदाची जबरदस्त किंमतही

वसूल करून घेतली.

शामच्या जन्माच्या आदल्याच दिवशी मामा वारला.
हॉस्पिटलमध्येच गेला तो.
जाण्यापूर्वी दिलेला शब्द पाळला मामानं.
हॉस्पिटलमधून त्यानं पत्र पाठवलं. खूप मोठं पत्र!
पत्राच्या शेवटी त्यानं लिहिलं होतं,
'अक्षराकडं पाहू नकोस. फार कौतुक राह्यलं नाही त्याचं आता. आता लिहवत नाही फार. माझं बहुतेक हे शेवटचं पत्र. परमेश्वराकडे गेल्यावर त्याच्याजवळ एकच मागणं मागेन, विश्वासरावांच्या मनातलं संशयपिशाच्च गाडून टाक. माझ्या शारदेला सुखात ठेव.'
पत्र पोस्टात पडलं त्याच रात्री मामा वारला.
मामाच माझ्या पोटी जन्माला आला असेल, असं आई म्हणाली!
मामाचं पत्र नंतर अनेक वर्षं मी जपून ठेवलं. पण लपवून लपवून किती लपवणार? स्वारींना ते मिळालंच.
शामला अक्षरओळख होण्यापूर्वीच त्या पत्राचे तुकडे बंबात गेले.

वर्षापूर्वी शामचं लग्न झालं.
अरुंधतीच्या पावलानं घरात लक्ष्मी आली. तिच्याच पायगुणानं घरात समंजसपणा यावा, अशी मी देवाची कळवळून प्रार्थना केला.
आमच्या घरातलं वातावरण पाहून तुम्ही दणकलात. मी मुळीच दणकले नाही.
लेकीचा निरोप घेण्यापूर्वी तुम्ही तिचा हात माझ्या हातात दिलात. म्हणालात,
'या पोरीला आई नाही. बापाचं प्रेम देण्यात मी कसूर केली नाही. आईची माया मात्र तिला लाभली नाही. तुम्ही तिच्या आई व्हा. तिला सांभाळा.'
नंतर तुमच्या तोंडून शब्द फुटेना.
तुम्ही अरुंधतीला पोटाशी धरलंत आणि तिला अश्रूंनी सचैल स्नान घातलंत.
'अरुंधती माझी आहे.' मी तुम्हाला वचन दिलं.
घर नजरेआड होईपर्यंत तुम्ही शंभरदा मागं वळून पाहात पाहात गेलात. टांग्यातून, कितीतरी वेळ हात हलवून निरोप घेत होतात.

शाम-अरुंधतीची पहिली रात्र पार पडली आणि सकाळी-सकाळी अरुंधतीनं मला कडकडून मिठी मारली. तिनं रडता रडता मला विचारलं,
'सासूबाई, माझं यात काय चुकलं एवढंच सांगा.'

'हो, हो, पण काय झालं सांगशील तरी!'
'आमच्या नानांनी लग्नाचे फोटो काढण्यासाठी फोटोग्राफर आणला होता.'
'बरं मग?'
'तुम्ही तुमचा फोटोग्राफर आणणार नाही आहात, हे कळलं तेव्हाच नानांनी आमच्या ओळखीतला फोटोग्राफर आणला.'
'कबूल, पुढं सांग.'
'मी म्हणे त्या फोटोग्राफरकडं पाहून हसले. म्हणून...'
'म्हणून काय...'
'यांनी...'
'बोल.'
'यांनी... यांनी... माझ्यावर...'
'हात टाकला का?'
अरु पुढं बोलली नाही.
'आणखीन काही म्हणाला शाम?'
'तो फोटोग्राफर म्हणे त्याच्याजवळ माझा फोटो बाळगेल... त्या फोटोचे मुके घेईल...'
मी ओळखलं.
त्या क्षणी वाटलं, या शामला मी, त्याचा जन्म होताच, नख लावून मारलं का नाही?
तेच विष. तेच बीज. माझा मामा माझ्या पोटी आला नव्हता.
समजूत घालून घालून मी थकले. तिला मग माझी कहाणी ऐकवली. माझ्यासारखा आणखी एक जीव आता अख्खं आयुष्य जळत, होरपळत घालवणार हे मी जाणलं. किती वर्षं ही पोर आता जगणार!
आपण जो सामना दिला तसा सामना देण्याची ताकद हिच्या अंगात असेल का? परमेश्वरा, मला बोलावून घे आता.
माझी सहनशक्ती या अरुला दे. कोणत्या होमकुंडात तिनं उडी घेतली आहे, कुठल्या वणव्यात ती सापडली आहे हे तिला समजलंय.
पण मुकुंदराव, अरु फारच धीट निघाली. तिनं हे असलं जिणं मान्य केलं नाही. कसं जगावं हे तिनं मला शिकवलं.

आठ दिवसांपूर्वीचीच ती गोष्ट.
पोरगी तुळशीवृंदावनाला प्रदक्षिणा घालत होती. वाड्यातला कुळकर्ण्यांचा श्रीधर अभ्यास करीत त्याच्या घराच्या खिडकीत बसला होता.

शामनं अरुंधतीला हाक मारली. प्रदक्षिणा संपायच्या आत तिला घरात यायला लावलं.
'बेशरम, तो श्रीधर तिथं अभ्यास करतोय. आत्ताच तिथं प्रदक्षिणा घालायचं काही अडलंय?'
'अहो पण...'
'पदर पण नीट खोचला नाहीस.'
'माझं ऐका तर...'
'एक शब्द बोलू नकोस. तुझी जातच तसली. कुलटा.'
अरुंधतीनं शांतपणे तबक खाली ठेवलं. शामकडे पाहात ती म्हणाली,
'तुम्हाला माझी जात मी आत्ताच दाखवते.'
अरु काय करणार आहे हे समजलं नाही. ती शांतपणे मोरीत गेली. आतून कडी लावल्याचा आवाज झाला.
मी घाबरले.
माझ्या काळजाचा ठाव सुटला.
मोरीत बंब होता. बंब पेटवायला लागणाऱ्या गोवऱ्या होत्या. रॉकेलची बाटली होती.
मी, 'अरु बाळ' म्हणून ओरडले.
आतून ती ओरडली, 'माझी जात पाहा.'
दोनच मिनिटांनी मोरीतून धुराचा लोट आला. ज्वाळांचा प्रकाश दरवाज्याच्या फटीतून बाहेर पडला.
कपड्यांचा, रॉकेलचा वास आला. खिडकीतून ज्वाळांचा लोळ बाहेर पडला.
वाड्यातली माणसं धावली.
'अरु, पोरी दार उघड.'
आतून हू नाही, चू नाही. हुंदका नाही. विव्हळणं नाही. आरोळ्या नाहीत, आक्रोश नाही.
'पोरी, दार उघड. माझा विचार कर. दार उघड.'
पण आवाज नाही.
जरा वेळानं ती ओरडली.
'हे कुठं आहेत? यांना म्हणावं, माझी जात बघा.'
दरवाजा फोडला. तो तिच्याच अंगावर पडला. त्यालाही धग लागली होती.
तिचा लोळागोळा, होरपळलेला देह बाहेर आणला.
थोडी धुगधुगी होती.
तिनं एकदाच डोळे उघडले.
खोल आवाजात ती म्हणाली,

'माझी जात...'

सात महिन्यांची गरोदर असताना तिनं हे करायला नको होतं असं वाड्यातले म्हणतात.
मला वाटतं, तिनं योग्य केलं. किती जगावं हे मला शिकवलं. एक विषारी वंशवेल तिनं तिच्याबरोबर थांबवली.
माझ्याजवळ हे धाडस नव्हतं.
'तिला मी सांभाळीन' असं मी तुम्हाला वचन दिलं. माझ्या सहनशक्तीची मला खात्री होती. दुबळेपणाची जाणीव नव्हती.
भडकलेल्या वणव्यात माझं घर मी बांधलं. वणवा सहन करता येतो, वणव्याची ज्वाळा हातात धरता येत नाही हे मला आयुष्यभर समजलं नाही.
पत्राचं उत्तर पाठवू नका.
मी पत्र पाठवल्याचं ह्यांना समजेल.
ते आता थकले आहेत. हात उगारण्याची ताकद त्यांच्यात राह्यलेली नाही.
त्यांचा नुसताच तडफडाट होतो.
तो मला बघवत नाही.
पत्राचं उत्तर पाठवू नका.
आपली,
सौ. शारदा

थरथरत्या हातानं दुनियाझादनं पत्र वाचून खाली ठेवलं. तिच्या दोन्ही डोळ्यांतून पाण्याच्या धारा ओघळत होत्या.
रात्रीच्या तीन घटका संपत आल्या होत्या. दिवे मंद होत चालले होते. बादशहानं टाळी वाजवताच दासी धावल्या. त्यांनी दिव्यांच्या वाती सारख्या केल्या. खिडक्या उघडल्या. त्याबरोबर पहाटेचा थंड वारा आत आला. दुनियाझाद काहीशी शांत होत म्हणाली, ''ताई, सूर्योदय व्हायला अजून अवधी आहे. आत्तापर्यंत तू सगळ्या कथा कारुण्याच्या आणि अपार दुःखाच्या सांगितल्यास. आता या प्रसन्न वातावरणात एखादी सुखासमाधानाची, आनंदाची, हसवणारी कथा सांग.''
आणि मग शहराझादनं, वैवाहिक जीवनातल्या हजार गोष्टींपैकी, अकरावी कथा सांगायला प्रारंभ केला...

'वयापलीकड'चा माणूस

वय नक्की सांगता येणार नाही, पण पंधरा एक वर्षे तरी ओळख असल्यामुळे त्यापेक्षा तरी अधिक. पुष्कळांचे वय त्यांच्या वागण्यावरून, दिसण्यावरून, बोलण्यावरून समजते. पण टक्कल पडूनसुद्धा हा माणूस आहे त्याहून खूप लहान वाटतो. लहान मुलांतले कुतूहल, लहानसहान गोष्टींत उचंबळणारा आनंद– मग तो नवा फोटो असो, नवे पुस्तक असो, स्वतःचे वा मुलांचे कपडे असोत, घरात आणलेले एखादे रक्षापात्र असो किंवा बायकोला बऱ्याच दिवसांनंतर चापूनचोपून नेसलेली साडी पाहताना असो. हसणे-हसवणे हा याचा मुख्य छंद असावा. वाङ्मय आणि मित्र ही मुख्य व्यसने. प्रत्येक गोष्टीतील अपूर्वाई, नवलाई व त्याचा हव्यास.

मी पंधरा वर्षे त्याला पाहतो आहे तसाच तो अजूनही आहे. प्रवासात न दमणारा, ऑफिसमधून दमून आल्यावर, 'हुश्य' करून स्वस्थ न बसणारा, अवेळी घरी जाऊन अपरात्री उठवले तरी निमंत्रण दिल्याप्रमाणे स्वागत करणारा. तोच नव्हे त्याची बायकोसुद्धा! खरे म्हणजे त्याच्या बायकोच्या उल्लेखाशिवाय त्याचा उल्लेख पुरा होत नाही असे विचित्र एकरूपत्व! इतके एकरूप झालेले जोडपे क्वचित दिसते.

चित्रकलेचा आणि शिस्तीचा वडिलोपार्जित वारसा. तो मात्र थोडा प्रमाणाबाहेर. हस्तलिखिते येतात तीसुद्धा टाकवत नाहीत इतकी नेटकी. त्याच्यावर लेआऊटची कल्पना. नको तितक्या जिव्हाळ्याचे पत्र. कधीकधी नाटकी वाटावे इतके. (पण ते नाटक नसते हा आता आलेला अनुभव.) मराठी माणसाला– त्यातही ब्रह्मकुलोत्पन्नाला अजिबात न शोभणारा भाबडेपणा अन् आपुलकी. कधीकधी वाटते असे निर्व्याजपण, लेखनातील शिस्त, स्वतःच्या व दुसऱ्याच्या लेखनावर असलेले मनोमन प्रेम... हे सारे मराठी साहित्यात सर्वत्र पसरले तर किती बरे होईल!

पण तसा तो मोठा कथालेखक नाही याची त्याला जाणीव आहे. मोठ्या लेखकांच्या पुढे तो कोठेतरी नम्र असतो. साहित्याकडे केवळ साहित्य

म्हणून पाहावे, एखाद्या गटाचे साहित्य असा शिक्का त्यावर पडू नये असे त्याला वाटत असावे. गाडगीळ, गोखले, भावे या मातब्बरांच्या पुढे तो खऱ्या अर्थाने लवतो. कारण दुसऱ्या साहित्यिकांचे कौतुक करताना कद्रूपणा करण्याची त्याला खोड नाही.

मराठी समीक्षकांनी त्याला मोठा कथालेखक मानला आहे असे मला वाटत नाही. पण हेच समीक्षक जेव्हा संपादक बनतात तेव्हा त्याच्याकडे आवर्जून कथा मागतात. मराठीतील बहुतेक सर्व श्रेष्ठ नियतकालिकांत त्याच्या कथा आल्या आहेत. आपली कथा कोणी वाईट म्हटली म्हणून त्याला वाईट वाटत नाही. पण तिला तरी वाईट म्हणावे असे त्याला वाटले तर त्याची चूक नाही. आपल्या साहित्याबद्दल बरे-वाईट लिहिले जात नाही, अशी एके काळी त्याला खंत होती. ती खंत आता गेलेली आहे. त्याचा सूर त्याला सापडला आहे. त्याची कथा महाराष्ट्रातल्या जेवढ्या लोकांनी ऐकली, तेवढी अन्य कोणा साहित्यिकाची ऐकली नसेल असे मला वाटते. त्याच्या इतके रसीले कथाकथन– अगदी मिरासदार, शंकर पाटील, व्यंकटेश माडगूळकर, शं. ना. नवरे यांचा विचार करूनही आज कोणी करू शकत नाही.

कथाकथनाचे त्याने एक निराळेच रसायन केलेले आहे. समोर बसलेल्या प्रेक्षकांच्या आयुष्यात त्याची कथा बघता-बघता मिसळून जाते. तिचे स्वत:चे अस्तित्वच उरत नाही.

प्रत्येकाच्या अंत:करणातील अतृप्त आत्म्याला वसंताची कथा त्याची हरवलेली सुखदु:खे शोधून देते.

तसा तो चांगला नट आहे. पण त्याचा नाटकीपणा बिलकूल जाणवत नाही. शब्दांवर त्याची चांगली हुकमत आहे. शब्दांच्या वापरातील त्याचे प्रयोजन तो ध्यानात ठेवतो. एखादे गाणे जसे रंगवण्याचे शास्त्र आहे, तसेच कथाकथनाचे आहे. कथा सुरू होताच कथाकथनाचे आणि प्रेक्षकांचे वेगळेपण उरता कामा नये, एवढ्यासाठी गायक जसा श्रोत्यांना प्रथम स्वरांनी गाफील करतो, तसाच वसंताही बारीकसारीक, हळुवार प्रसंगांनी श्रोत्यांना गाफील करतो. ते कबजात आले आहेत याची खात्री पटली की मग त्याला वश असलेल्या शब्दवागेश्वरीवर तो पुढची रंगत सोपवून देतो.

वसंताचे हे पंचविसावे पुस्तक आहे. एवढ्या छोट्या कालखंडात तो एक लोकप्रिय कथाकार झाला आहे. त्याची पुस्तके चांगली खपतात. (म्हणजे तसे प्रकाशकच म्हणतात.) अजून त्याची कथा कोरडी झालेली नाही.

आणि नजीकच्या भविष्यात ती होईल असेही नाही. कारण लहान माणसाचे मोठेपण त्याला नेमके सापडले आहे, आणि वसंत पुरुषोत्तम काळे हे नाव अजून दीर्घकाल मला वाचत राहायचे आहे.

वसंताने कादंबरी लिहिली, नाटक लिहिले, आत्मवृत्तपर व चरित्रात्मक लेखनही केले. पण त्याचा खरा पिंड कथाकाराचा, याहीपेक्षा कथाकथनकाराचा आहे. साहित्याच्या या प्रकारात त्याच्या शक्ती रसरसून येतात. शब्दांवर एकदा हुकमत आली की माणसाला किमान चांगले लिहिणे सहज जमते. वसंताने हाताळलेले अन्य प्रकार चांगले जमले आहेत. त्याच्या कथाही अर्थवाही अन् भावप्रधान आहेत. पण त्याचे कथाकथन मात्र एकदम रसरशीत आणि चैतन्यदायी आहे. त्यात त्याचे शब्द काही खास ढंगाने, काही खास जिव्हाळ्याने, कधी उन्मादाने नवे रूप धारण करतात. एखाद्या नेहमीच्या पाहण्यातल्या स्त्रीने सणासुदीला चांगले नऊ हात लांबीचे टोपपदरी लुगडे नेसावे, नाकात नथ घालावी, गळ्यात घराण्याचे अलंकार घालावेत, जबाबदारीचे ओझे उगीचच चेहेऱ्यावर बाळगावे, अन् गृहस्वामिनीचा तोरा मिरवावा, म्हणजे ही स्त्री नुसती निराळीच भासत नाही तर नवीन रूपयौवन घेऊन येते. वसंताच्या कथाकथनाचे असेच काहीतरी होत असले पाहिजे. त्याच्या बहुतेक गोष्टी मी वाचलेल्या आहेत. तशा त्या साध्यासुध्या घटनांतच अडकलेल्या आहेत. त्यांतली माणसंही कोणी असामान्य नाहीत. अवतीभोवती असणाऱ्या लहान माणसांचे मोठेपण आणि मोठ्या माणसांचे लहानपण हेच त्याच्या लेखनात सापडते. त्याच्या लेखनात सहजता आहे. सर्वसामान्य माणसाजवळ असणारी प्रकृती आणि विकृती एवढ्यावरच त्याची गोष्ट उभी असते. केवळ विकृतीचा शोध घेणे हा त्याला साहित्याचा मूळ हेतू वाटलेला नाही. त्याची कथा म्हणूनच काही अलौकिक किंवा सर्वस्पर्शी मानता येणार नाही. कथावस्तूंची मर्यादा किंवा सुखदु:खांचा आवाका, हे सारे त्याने सत्यावर आधारल्यामुळे त्याचे वाङ्मयीन जग त्याने पाहिलेल्या जगापेक्षा फार मोठे असू शकत नाही. परकीय वाङ्मयवाचनाची त्याला हौस नाही. त्यामुळे त्याचे साहित्यातले विश्व हे त्याने भोगलेले, पाहिलेले जग आहे. जी जिद्दी किंवा हट्टी माणसे त्याने पाहिली तीही त्याच्याच जगातली. तेवढीच हट्टी. कुणीही प्रामाणिकपणे लिहिण्याचे ठरवले तर त्याच्या दोन डोळ्यांनी दिसणारे जग त्याच्या साहित्यविश्वाला पुरून उरावे. ज्या मध्यमवर्गीय जगात तो वावरला, त्या जगाचे पुष्कळच कानेकोपरे त्याने आपल्या लेखनात प्रकाशित केले आहेत. म्हणूनच

त्याच्या लेखणीला फूटपट्टी लावताना चुकीच्या फूटपट्टीने मापन करण्याची चूक करता कामा नये. शकिला बानूची कवाली ऐकताना भीमसेनची रंगत नाही म्हणून हुरहुरणे हे जसे अप्रयोजकपणाचे आहे, तसेच काळ्यांची कथा अमुक-अमुक माणसासारखी नाही म्हणून नाक मुरडणे हेही अप्रयोजकपणाचे लक्षण आहे. सौंदर्य भोगण्याचेही एक शास्त्र आहे. आणि त्या शास्त्रात जसे असेल तसे सौंदर्य घेता आले तर घ्यावे. त्या वेळी तरी दुसऱ्या सौंदर्याची आठवण येता नये. एकाहून एक मातब्बर सुखे जगात असतातच, पण एकाची गोडी दुसऱ्यात नसते!

वसंत काळे याचे हे पंचविसावे पुस्तक एका निराळ्या पद्धतीने त्याने छापले आहे. गोष्टीतून गोष्ट सांगत जाणारे, 'अरेबियन नाइट्स'सारखे त्याचे स्वरूप आहे.

आपल्या देशात पंचवीस पुस्तके प्रसिद्ध झाली हा कौतुकाचा विषय नसून चेष्टेचा विषय आहे. कारण कमी लिहिणारा माणूस हा जास्त साक्षेपी, जास्त सखोल आहे असा सिद्धांत काही अल्पप्रसव व क्षीणशक्ती लेखकांनी आपल्याकडे रूढ केला आहे. पण परकीय लेखकांच्या तुलनेने पाहता एखाद्या लेखकाच्या नावावर पंचवीस पुस्तके असणे मुळीच नवलाचे नाही. वसंताला आणखी उसंत मिळाली तर तो आपल्या पुस्तकांची शंभरी सहज गाठेल. त्याचे-माझे जुने ऋणानुबंध व माझ्याबद्दल त्याचे असलेले प्रेम हे सारे त्याच्या लेखनाला बरे-वाईट म्हणताना आजवर कधी आड आलेले नाही यात कदाचित त्याचीही भलाई असेल!

या पुस्तकाच्या निमित्ताने तो ऐन पंचविशीत आला असे म्हणायला हरकत नाही. म्हणजे असून तसे बरेच घडायचे आहे. आणि त्याच्या उत्साहाकडे पाहिले की यथावकाश, उत्तरोत्तर त्याची वाङ्मयीन वाटचाल अधिक चिकित्सक, तरीही लौकिकावह होईल यात मला मुळीच शंका वाटत नाही.

ग. वा. बेहेरे
संपादक, 'सोबत'

(पहिल्या आवृत्तीची प्रस्तावना : १९७५)